தமிழியல் நூல்கள்

தமிழர் எழுதிய நாட்குறிப்புகளும் தமிழ் உரைநடை வளர்ச்சியும், 1736-1874

எஸ்.ஜெயசீல ஸ்டீபன்

நியூ செஞ்சுரி புக் ஹவுஸ் (பி) லிட்.,
41-பி, சிட்கோ இண்டஸ்டிரியல் எஸ்டேட்,
அம்பத்தூர், சென்னை - 600 050.
☎: 044 - 26251968, 26258410, 48601884

Language: Tamil
Thamizhar Yezhuthiya Naatkurippugalum Thamizh Urainadai Valarchiyum, 1736-1874

Author : **S. Jeyaseela Stephen**
First Edition: July, 2024
Copyright: Author
No.of Pages: 128
Publisher:
New Century Book House Pvt. Ltd.,
41-B, SIDCO Industrial Estate,
Ambattur, Chennai - 600 050.
Tamilnadu State, India.
Email: info@ncbh.in
Online: www.ncbhpublisher.in

ISBN. 978-81-975959-4-3
Code No. A5114
₹ 150/-

Branches

Ambattur 044 - 26359906 **Spenzer Plaza (Chennai)** 044-28490027
Trichy 0431-2700885 **Pudukkottai** 04322- 227773 **Thanjavur** 04362-231371
Tirunelveli 0462-4210990, 2323990 **Madurai** 0452-2344106, 4374106
Dindigul 0451-2432172 **Coimbatore** 0422-2380554 **Erode** 0424-2256667
Salem 0427-2450817 **Hosur** 04344-245726 **Krishnagiri** 04343-234387
Ooty 0423-2441743 **Vellore** 0416-2234495 **Villupuram** 04146-227800
Pondicherry 0413-2280101 **Nagercoil** 04652-234990

தமிழர் எழுதிய நாட்குறிப்புகளும்
தமிழ் உரைநடை வளர்ச்சியும், **1736-1874**
ஆசிரியர் : எஸ்.ஜெயசீல ஸ்டீபன்
முதல் பதிப்பு: ஜூலை, 2024

அச்சிட்டோர்: **பாவை பிரிண்டர்ஸ் (பி) லிட்.,**
16 (142), ஜானி ஜான் கான் சாலை, இராயப்பேட்டை, சென்னை - 14
☎: 044-28482441

All rights reserved. No part of this book may be reprinted or reproduced or utilised in any form or by any electronic, mechanical, or other means, now known or hereafter invented, including photocopying and recording, or in any information storage or retrieval system, without permission in writing from the publishers.

பொருளடக்கம்

முகவுரை ... 5

1. முன்னுரை: வரலாறும் நாட்குறிப்புகளும் ... 7

பகுதி 1

புதுச்சேரியில் துபாசிகளும், தரகர்களும், பிரெஞ்சுக் கம்பெனி பணியாளர்களும் எழுதிய தமிழ் நாட்குறிப்புகள், 1736-1796

2. ஆனந்தரங்கப் பிள்ளையின் தமிழ் நாட்குறிப்பு,
   6 செப்டம்பர் 1736 முதல் 24 செப்டம்பர் 1760 வரை ... 21

3. ரங்கப்ப திருவேங்கடம் பிள்ளையின் தமிழ் நாட்குறிப்பு,
   7 அக்டோபர் 1760 முதல் 15 ஏப்ரல் 1781 வரை ... 34

4. வீரா நாயக்கரின் தமிழ் நாட்குறிப்பு,
   10 மே 1779 முதல் 17 ஜூலை 1792 வரை ... 44

5. முத்து விஜயத் திருவேங்கடம் பிள்ளையின் தமிழ் நாட்குறிப்பு,
   11 ஆகஸ்ட 1794 முதல் 15 ஜனவரி 1796 வரை ... 47

பகுதி 2

மதம் மாறிய தரங்கம்பாடி, திருநெல்வேலி, கிறித்துவ உபதேசியார்களும் எழுதிய தமிழ் நாட்குறிப்புகளும், 1743-1874

6. தரங்கம்பாடியில் ஐந்து உபதேசியார்களின் நாட்குறிப்புகள்,
   ஜூன் 1743 முதல் டிசம்பர் 1744 வரை ... 51

7. திருநெல்வேலியில் உபதேசியார் சவரிராயப் பிள்ளையின்
   நாட்குறிப்பு, நவம்பர் 1836 முதல் ஜனவரி 1874 வரை ... 54

பகுதி 3
நாட்குறிப்பு இலக்கியமும் தமிழ் உரைநடை வளர்ச்சியும்

8. நாட்குறிப்புகளின் வண்ணமும் வனப்பும்
   தமிழ் உரைநடை வளர்ச்சியும் — 56
9. தமிழ் நாட்குறிப்புகளின் வழியே மொழியியல் சிந்தனைகள் — 72

பகுதி 4

10. குருவப்ப பிள்ளை மற்றும் திருவேங்கடம் பிள்ளையின்
    கிடைக்கப் பெறாத தமிழ் நாட்குறிப்புகள்: 1720-24, 1746 — 83
11. முடிவுரை — 87

பின்னிணைப்பு: இராமநாதபுரம் ஜமீன்தார்
பாஸ்கர சேதுபதி நாட்குறிப்பு, 1893 — 95

ஆய்வடங்கல் — 114

படங்கள் — 121

முகவுரை

1990ஆம் ஆண்டு திரு. சண்முகம், மேனாள் பிரெஞ்சு ஆய்வு நிறுவன நூலகர் அவர்கள், யாரும் தொடாமல் கிடந்த திருவேங்கடம் பிள்ளை நாட்குறிப்பின் ஒரு பகுதியை நகலெடுக்க எனக்கு அனுமதி கொடுத்தார். எனவே பல நாட்கள் நூலகத்தில் அமர்ந்து நகலெடுத்தேன். பின்பு வெளியிடப்படாமல் இருந்த திருவேங்கடம் பிள்ளை நாட்குறிப்பினை ஆய்வு செய்ய நடவடிக்கை எடுத்தேன். 1991-92ஆம் ஆண்டுகளை ஐரோப்பாவில் கழித்துவிட்டு புதுச்சேரி திரும்பும்வரை பல தகவல்களைத் திரட்டினேன். பின்பு புதுச்சேரி இந்திய தேசிய ஆவணக்காப்பக நகலினை ஆய்வு செய்தேன். துணை இயக்குநர் திரு. ஆனந்தராஜ் அவர்கள், ஆவணக்காப்பகத்திலுள்ள தொடர்புடைய ஆவணங்களை வழங்கி உதவினார். பாரிசு தேசிய நூலகத்திலும், சென்னையிலுள்ள தமிழக ஆவணக்காப்பகத்திலும், புதுச்சேரி இந்திய தேசிய ஆவணக்காப்பகத்திலும் உள்ள நகல்களை ஒப்பிட்டு ஆராய்ச்சி செய்யும் பணியே ஒரு சவாலாக அமைந்தது. இந்தப் பணியில் காலச்சக்கரம் உருண்டது. காலதாமதம் தவிர்க்க முடியாமல் போனது. பொறுமையைக் கையாண்டு பல சுவடிகளை ஒப்பிட்டுப் பார்த்து ரங்கப்ப திருவேங்கடம் பிள்ளை நாட்குறிப்பு 3 தொகுதிகள் (1760-1762, 1762-1766, மற்றும் 13.6.1767-29.12.1769), அன்னாரின் மகன் முத்து விஜய திருவேங்கடம் பிள்ளை நாட்குறிப்பு, 1794-1796, நூல் வெளிவந்த தருவாயில் நான் மன மகிழ்ச்சியும், நிறைவும் அடைந்தேன்.

தமிழில் நாட்குறிப்புகள் தனியாக வளர்ச்சியடைந்திருந்த போதிலும் பல நாட்குறிப்புச் சுவடிகள் இருப்பது தெரியவந்தும், 1966ஆம் ஆண்டுக்குப் பின்னர் முயற்சிகள் மேற்கொண்டு நாட்குறிப்புகள் அச்சிட்டு வெளிவராமையால், 18ஆம் - 19ஆம் நூற்றாண்டின் தமிழக வரலாற்றையும், உரைநடை வரலாற்றையும் நாம் முழுமையாக அறிய முடியாமல் போயிற்று. அதுவரை பெரும்பாலும் ஆனந்தரங்கப் பிள்ளை எழுதிய நாட்குறிப்பு ஒன்றையே அறிவு எல்லைக்குள் அறிஞர்கள் வைத்திருந்தபடியால், பலர் அரைத்த மாவையே அரைத்து, படைத்த பொருள்களின் சுவையை புளிக்கச் செய்து விட்டனர். இந்த நிலையில்தான், 1993ஆம் ஆண்டு வீரா நாயக்கர் இயற்றிய தமிழ் நாட்குறிப்பு வெளியிடப்பட்டு ஒரு புதுத்தெம்பு தமிழ் நாட்குறிப்பு வரலாற்றில் ஏற்பட்டது.

நீண்ட நாட்களாகத் தமிழ் நாட்குறிப்புகள் பற்றி நூல் வெளியிடும் எண்ணம் கொண்டு நான் முயற்சிகளில் ஈடுபட்டிருந்தபோதிலும், கடுமையான பணிச்சுமை காரணமாக துரிதமாக வேலை நடைபெறவில்லை. இந்த நூலில், நாட்குறிப்புகளின் தோற்றம், வளர்ச்சி, சிறப்பு, பயன், மதிப்பு ஆகியவை பற்றியும், நாட்குறிப்பாளர்களின் வாழ்க்கைக் குறிப்பும் நாட்குறிப்புகளில் கூறப்படும் அமைப்பியல், பொருளியல், நாட்குறிப்புகள் தோன்றிய காலம் முதல் காலச்சூழலுக்கும் சமுதாயத் தேவைக்கும் ஏற்ப நாட்குறிப்புகள் வளர்ச்சி பெற்ற வரலாற்று ஆய்வு, நாட்குறிப்பு வகைகளில் சொல் நிலையிலும், எண்ணிக்கை இயல்பாலும் பாகுபடுத்திக் கூறும் பகுப்பாய்வு, குறிப்பாக தமிழ் உரைநடை வளர்ச்சி பற்றி இந்நூலில் விளக்கப்பட்டுள்ளது. கற்போருக்கு பெரியதொரு அறிவு விருந்தாக இந்நூல் இருப்பதால் தமிழ் அன்பர்கள் அனைவரும் படித்து, பெரும்பயனை துய்ப்பாராக.

இந்நூலை அச்சிட முன்வந்த நியூ செஞ்சுரி புத்தக நிறுவனத்தின் மேலாண் இயக்குநர் திரு. க.சந்தானம் அவர்களுக்கும் மற்றும் பதிப்புத்துறை பொது மேலாளர் திரு. சண்முகம் சரவணன் அவர்களுக்கும் எனது நன்றி.

எஸ்.ஜெயசீல ஸ்டீபன்

1

முன்னுரை: வரலாறும் நாட்குறிப்புகளும்

வரலாற்றின் இடைக்காலத் தொடக்கத்தில் நீண்ட தூரக் கடல் வாணிபப் போக்குவரத்தினாலும், அரசவை தூதுவர்களின் பரிமாற்றம் மற்றும் தொடர்பினாலும் அன்றாடம் நடைபெறும் நிகழ்ச்சிகளைத் தொகுக்கும் பண்பு குறிப்பாகப் பனிரெண்டாம் நூற்றாண்டில் தொடங்கலாயிற்று. இப்படிப்பட்ட வரலாற்று நாட்குறிப்பு ஆவணங்கள் சீனாவை சங் வம்ச மன்னர்கள் ஆண்டபோது தோன்றின. இவைகளை ஆராய்ந்து 1897ஆம் ஆண்டு முதலில் உலகுக்கு அறிமுகப்படுத்திய பெருமை எதுவார் சாவேனே என்ற அறிஞரையே சாரும்.[1] அவரைத் தொடர்ந்து பால் பெலியோ, கே.கே.பிளங் ஆகியோரும் இப்பணியில் தொடர்ந்து ஈடுபட்டு, சீன மொழியில் இயற்றப்பட்ட நாட்குறிப்புகளைப் பற்றி ஆராய்ச்சி செய்தனர். இதன் விளைவாக கி.பி. 1125, 1142, 1169, 1170, 1172 மற்றும் 1212 ஆகிய ஆண்டுகளுக்கான நாட்குறிப்புகள் நமக்குக் கிடைக்கப்பெற்றன.[2] இந்த நாட்குறிப்புகளில் தேதி வாரியாக சீன காலண்டர் முறைப்படி அன்றாடம் நடக்கும் குறிப்புகள் விவரமாகக் குறிப்பிடப்பட்டுள்ளன.

இவ்வாறே இந்தியாவைப் பற்றி அறிய சில தனிப்பட்ட நபர்களின் பயணக்குறிப்புகள், குறிப்பாக மார்க்கோ போலோ, அத்தனாசியஸ் நிக்கதீன், சாந்தோ ஸ்தேவானோனின் ஐரோப்பிய மொழியில் உள்ள ஆவணங்கள் வரலாற்றின் இடைக்காலத்தில் கிடைக்கின்றன.[3] இந்தச் சான்றுகள் வெறும் பயண விவரக் குறிப்புகளாக உள்ளனவே அன்றி, நாட்குறிப்புகளாக இல்லை. இருப்பினும் மனித வரலாற்றின் இடைக்காலத்தில் மனிதன் தனியே தீவில் வாழவில்லை என்ற கூற்று ஏற்கப்படுவதோடு பன்னாட்டு சமுதாயத்துடன் அவன் எப்படி இணைந்து வாழ ஆரம்பித்தான் என்று நாம் பயணக் குறிப்புகளின் வழியே அறியமுடிகிறது. வரலாற்று அறிஞர்களுக்கு இத்தகைய தனி நபர்களின் பயண நினைவுக் குறிப்புகள் ஓர் இன்றியமையாத மற்றும் மதிப்பிட இயலாத தரவுகளாக அமைந்து, நல்ல வரலாறு எழுத உதவுகின்றன. மேற்சொன்ன இந்தக் கருத்துக்களைப் பின்னணியாகக் கொண்டு ஐரோப்பிய மொழிகளில் தோன்றிய பல நாட்குறிப்புகள்

எங்ஙனம் தென்னிந்திய வரலாற்றுக்கு, குறிப்பாகத் தமிழக வரலாற்றுக்கு உதவுகின்றன என அறிய முயலுவோம். பின்பு தமிழ் உரைநடை வளர்ச்சி மீது ஒளிபாய்ச்சும் 18ஆம்-19ஆம் நூற்றாண்டு நாட்குறிப்பு இலக்கியங்கள், வரலாற்றைச் செவ்வனே எழுத இன்றுவரை அறிமுகப்படுத்தப்படாமல் உள்ள தமிழ் நாட்குறிப்புகள் பற்றியும் விரிவாக ஆராய்வோம்.

ஐரோப்பிய மாலுமிகளின் நாட்குறிப்புகள்

உலக அரங்கில் தென்னிந்திய கடல் வாணிபத்தைப் பற்றி ஐரோப்பிய மொழிகளில் மாலுமிகள் மற்றும் வணிகர்களின் நாட்குறிப்புகள் எழுத ஆரம்பித்தது தொடர்பான செய்திகள் மிகவும் சுவையானவை. இதன்மீது வரலாற்று ஆசிரியர்களுக்கு இதுவரை ஆர்வம் ஏற்படாததால் நல்ல பல ஆராய்ச்சிகள் மேற்கொள்ளப் படவில்லை. கி.பி. 1453ஆம் ஆண்டு கான்ஸ்டான்டிநோபிள் துருக்கியர்களால் கைப்பற்றப்பட்டபோது கீழ்த்திசை நாடுகளிலிருந்து தரைமார்க்கமாக சிறப்பாக நடைபெற்ற வாணிபம் தடைபட்டது. எனவே கடல் மூலமாக ஒரு புதிய வழியினைக் கண்டுபிடிக்கும் நிர்ப்பந்தம் ஏற்பட்டது. வாஸ்கோ-ட-காமா என்ற போர்ச்சுக்கீசிய மாலுமி 1498ல் புதிய கடல் வழி ஒன்றைக் கண்டுபிடித்தார். இவரது நாட்குறிப்பு மிக முக்கியமான ஒன்றாகும்.

இந்த நாட்குறிப்பு வாஸ்கோ-ட-காமாவினுடையது என்று நாம் சொன்னாலும் அன்னாரால் எழுதப்படாமல் ஆல்வாரோ வெல்ஒ என்பாராலேயே வாஸ்கோ-ட-காமாவின் தினசரி அறிவுறுத்தலின் பேரில் எழுதப்பட்டுள்ளது. இந்த நபர் வாஸ்கோ-ட-காமாவுடன் கோழிக்கோடு துறைமுகத்தை வந்தடைந்த சூழலில் இடம்பெற்ற ஒருவர் என்பது குறிப்பிடத்தக்கது. இந்த நாட்குறிப்பின் அசல் போர்ச்சுக்கல் நாட்டிலுள்ள போர்த்தோ என்ற நகரின் முனிசிபல் நூலகத்தில் வைக்கப்பட்டுள்ள பல கையெழுத்து பிரதிகளுள் ஒன்றாக இடம்பெற்று, வரிசை எண் 804 என்று குறிக்கப்பட்டு இன்றும் பாதுகாப்பாக உள்ளது.

வாஸ்கோ-ட-காமாவிற்குப் பிறகு கோழிக்கோட்டை வந்தடைந்த போர்ச்சுக்கீசிய மாலுமி பெதுரோ ஆல்வாராஸ் கபரால் என்பார் எழுதிய நாட்குறிப்பு இரண்டாவது முக்கியமானதாகக் கருதப்பட வேண்டும். போர்ச்சுக்கீசிய மொழியில் உள்ள அன்னாரது நாட்குறிப்பும் வாஸ்கோ-ட-காமா நாட்குறிப்பைப் போல் சொந்தக் கையெழுத்தில் எழுதப்படவில்லை. ஜீவான்தேசா என்ற அலுவலரால் எழுதப்பட்டுள்ளது என நாம் அறிகிறோம். இருவரும் பெதுரோ ஆல்வாரஸ் கபரால்

தலைமையில் கோழிக்கோட்டை வந்தடைந்த கப்பலில் பயணம் செய்த ஒருவரே. அடுத்தபடியாக ஸ்தேவான்-த-காமாவுடன் கப்பலில் இந்தியாவுக்கு வந்து சேர்ந்த தோமே லோபஸ் என்பார் எழுதிய 1520ஆம் வருட நாட்குறிப்பை நாம் காண்கிறோம். மேலும் வாஸ்கோ-ட-காமாவின் இரண்டாவது இந்தியப் பயணம் தொடர்பான ஒரு நாட்குறிப்பும் உள்ளது. இந்த நாட்குறிப்பு லண்டன் மாநகரிலுள்ள ஆங்கிலேயர் அருங்காட்சியகத்தில் இன்றும் பாதுகாப்பாக உள்ளது. இதுவுமன்றி, முதல் போர்ச்சுக்கீசிய ஆளுநரான பிரான்சிஸ்கு தே அல்மேடா என்பவரின் 1506ஆம் ஆண்டு நாட்குறிப்பு ஒன்று அன்னாருடன் பயணம் செய்த அல்பேரிகுஸ் வெஸ்புசியுஸ் என்பவரால் எழுதப்பட்டுள்ளது.[4] இவ்வாறு போர்ச்சுக்கீசிய மொழியில் தோன்றிய பல நாட்குறிப்புகள் அனைத்தும் மாலுமிகளின் நாட்குறிப்புகளாகவே உள்ளதை நாம் உணர முடிகிறது. இவற்றை எழுதியவர்கள் தாங்கள் சொந்தமாக எதுவும் எழுதாமல் கப்பலில் தங்கள் கூடவே பயணம் செய்து, நாட்குறிப்பு எழுத முனைந்தோருக்கு, எழுத்தாளர்களாகச் செயல்பட்டனர் எனத் தெரிகிறது.

ஐரோப்பிய வணிகர்களின் நாட்குறிப்புகள்

இந்தியப்-போர்ச்சுக்கீசிய கடல் வாணிபம் நேரடியாகக் கடல் வழியே நடைபெற்றபோது ஐரோப்பிய வணிகர்கள் போர்ச்சுக்கல் நாட்டின் தலைநகரான லிஸ்பன் நகரில் கூடிய உலகச் சந்தையில் பல பொருட்களை வாங்க ஆரம்பித்தார்கள். இவர்களில் முதன்மையானோர் இத்தாலி நாட்டைச் சேர்ந்த வெனிஸ் நகர வியாபாரிகளே ஆவர். உலகின் பழம்பெரும் மிளகு மற்றும் மசாலாப் பொருட்களின் வியாபாரச் சந்தையான வெனிஸ் நகரம் போர்ச்சுக்கீசியர்களின் நேரடி இந்திய கடல் வாணிபத்தால் மிகவும் பாதிக்கப்பட்டு வாணிபப் பொருளாதாரம் வீழ்ச்சி அடைந்ததே இதற்குப் பிரதான காரணமாகும். இந்த சமயத்தில் இந்தியாவிலிருந்து லிஸ்பன் நகருக்கு வந்தடைந்த மிளகு மற்றும் மசாலா நறுமணப் பொருட்களின் பெயர், அளவு, எடை மற்றும் விலை ஆகியவற்றைக் குறிப்பிட்டு இழந்த வெனிஸ் நகரின் வாணிபப் பெருமையை மீண்டும் ஈடுகட்டும் பணியில் இவர்கள் ஈடுபட்டனர்.

தியாரியோ என்று இத்தாலிய மொழியில் சொல்லப்படும் தினசரி நாட்குறிப்புகளை வெனிஸ் நகரைச் சேர்ந்த மரீனுஸ் சனுத்தோ என்பார் கி.பி 1499ஆம் ஆண்டு முதல் 1533ஆம் ஆண்டுக்கு உட்பட்ட காலத்தில் எழுதி வைத்துள்ளார்.[5] இவர் மலபார் கடற்கரையிலிருந்து வந்த போர்ச்சுக்கீசியக் கப்பல்களின் பெயர், வருடம், அவை ஏற்றிக்கொண்டு

வந்த சரக்குகளுக்கான பொருள்பட்டியல், விலைகள் ஆகியவைகளைக் குறிப்பிட்டு, மொத்தம் 58 தொகுதிகளை எழுதியுள்ளார்.

இவரை அடுத்தாற்போல் மற்றொரு வெனிஸ் நகரைச் சேர்ந்த வணிகர் ஜிரோலாமோ பிரியுலி என்பார் இத்தாலிய வணிகக் குடும்பங்கள் எவ்வாறு போர்ச்சுக்கல் நாட்டில் தங்கி மிளகு மற்றும் மசாலாப் பொருட்கள் வியாபாரம் செய்தனர் என்று விரிவாகத் தனது நாட்குறிப்பில் எழுதியுள்ளார். இவரது நாட்குறிப்பு விவரங்கள் 1512ஆம் ஆண்டு வரை நாம் கிடைக்கப் பெறுகிறோம்.[6]

போர்ச்சுக்கீசியர்களின் நேரடி கடல் வாணிபத் தொடர்பினால் இத்தாலி நாட்டைச் சேர்ந்த வெனிஸ் நகர வியாபாரிகளுக்கு லிஸ்பன் நகரில் தங்கி வியாபாரம் செய்ய ஆர்வம் இருந்த தருணத்தில் இத்தாலிய மொழியில் போர்ச்சுக்கீசிய மாலுமிகளின் நாட்குறிப்புகளை மொழிபெயர்ப்பு செய்திருக்கிறார்கள். சில நாட்குறிப்புகள் ஆன்ட்வெர்ப் நகரில் உள்ள அச்சுக்கூடத்தில் கி.பி. 1504, 1507 மற்றும் 1508ஆம் ஆண்டுகளில் பிரசுரிக்கப்பட்டு புத்தக வடிவில் வெளியான தகவல் மிகவும் குறிப்பிடத்தக்கது. ஐரோப்பிய மொழியில் அச்சிடப்பட்ட இந்த நாட்குறிப்புகள் மற்றும் கையெழுத்துப் பிரதிகள் இன்றும் சிறப்பாக பாதுகாக்கப்பட்டு வருவது போற்றத்தக்க செயலாகும்.

பல ஜெர்மன் நாட்டு வர்த்தகர்கள் இத்தாலியர்களைப் போன்றே போர்ச்சுக்கல் வந்து வியாபாரம் செய்ய முனைந்தனர். இவர்கள் மிளகு மற்றும் மசாலாப் பொருட்களை லிஸ்பனில் பெற்று ஜெர்மனியில் விற்பதோடு அல்லாமல், ஐரோப்பாவின் பல பகுதிகளிலும் பரவி வியாபாரத்தில் ஈடுபடலாயினர். இவர்களில் வெல்சர் என்ற குடும்ப வர்த்தகம் மேன்மையடைந்தது. இந்தக் குடும்ப வாணிபத்தில் முகவராகப் பணிபுரிந்த லூக்காஸ் ரெம் என்பவர், லிஸ்பனில் 1503ஆம் ஆண்டு முதல் 1508ஆம் ஆண்டு வரை தங்கியபோது, அவர் எழுதிய நாட்குறிப்பு மிக முக்கியமானதாகும்.[7]

இவ்வாறு ஜெர்மானிய மொழியில் தாகே புக் என்று சொல்லப் படுகிற நாட்குறிப்பேடு எழுதப்பட்டது. பதினாறாம் நூற்றாண்டில் ஐரோப்பிய மொழிகளில் தோன்றிய இத்தகைய பல நாட்குறிப்புகள் தென்னிந்தியாவின் மேற்குக் கடற்கரை வணிகம் பற்றியே பெரும்பாலும் தெரிவிக்கின்றன. இதன் முக்கியக் காரணம் மிளகு மற்றும் மசாலாப் பொருட்கள் அந்தப் பகுதிகளிலேயே கிடைத்ததால் இந்திய-ஐரோப்பிய கடல் வணிகம் அதன் அடிப்படையிலேயே மட்டும் நடைபெற்றது.

தமிழகத்தில் ஐரோப்பியக் கிழக்கிந்திய கம்பெனிகளும் நாட்குறிப்புகளும்

இனி தென்னிந்தியாவின் கிழக்குக் கடற்கரைப் பகுதிகளில் வாணிபம் செய்ய பல ஐரோப்பிய வியாபாரக் கம்பெனிகள் பதினேழாம் நூற்றாண்டில் ஈடுபட்டபோது நாட்குறிப்புகள் எவ்வாறு தோன்றின என்பதைப் பற்றி காண்போம். டச்சுக்காரர்கள் பழவேற்காடு, மசூலிப்பட்டினம், நாகப்பட்டினம், சதுரங்கப்பட்டினம் மற்றும் தூத்துக்குடி போன்ற துறைமுகங்களில் தங்கி வாணிபத் தலங்களை நிறுவி வணிகம் செய்தபோது, டச்சுக் கிழக்கிந்திய வியாபார கம்பெனி அதிகாரிகள், தங்களின் அன்றாட வியாபார விவரங்களை நாட்குறிப்புகளாக எழுதி வைத்துள்ளனர். இவற்றை டச்சு மொழியில் டாக்-ரிஜிஸ்தர் அதாவது தினசரிப் பதிவேடுகள் என்று அழைக்கிறார்கள். வரலாற்றுக்கு மிக முக்கிய ஆவணங்களாகிய இவைகள் 1628ஆம் ஆண்டு முதல் 1682ஆம் ஆண்டுக்குட்பட்ட காலங்களில் தொடர்ந்து நமக்குக் கிடைப்பது போற்றத்தக்கது.[8] இந்த டச்சு நாட்குறிப்புகளில் அன்றாட வாணிபப் பொருட்கள் விலைகள், வணிகரின் பெயர், ஏற்றுமதி ஆகும் இடம், கப்பல் பெயர் மற்றும் வணிகத் தேதி ஆகியவை தெளிவாகச் சொல்லப்பட்டுள்ளன.

மேற்சொன்ன அதிகாரப்பூர்வமான நாட்குறிப்புகள் அல்லாமல், டச்சுக் கிழக்கிந்திய கம்பெனியில் பணிபுரிந்த அதிகாரிகள் சிலரும் நாட்குறிப்பு எழுதியுள்ளனர். நிக்கோலாவ்-பான்-கோவன்ஸ் என்பார் எழுதிய அவரது தனிப்பட்ட டச்சு நாட்குறிப்பு முக்கியமானது. இத்தகைய தனிநபர்களின் நாட்குறிப்பு அதிகாரப்பூர்வமான டச்சு நாட்குறிப்புகளிலிருந்து எவ்வாறு வித்தியாசப்படுகிறது என்றால், துறைமுகங்களில் நடைபெறும் வியாபார விவரங்கள் மட்டுமல்லாமல் அப்போது நிலவிய அரசியல் மற்றும் சமூக நிலைமைகளையும் விளக்குகிறது.

தென்னிந்தியக் கடல் வாணிபப் போட்டியில் ஈடுபட்ட ஆங்கிலேயர்கள், டச்சுக்காரர்களைத் தொடர்ந்து இந்தியா வந்த சமயத்தில் 1639ஆம் ஆண்டு சென்னைப் பட்டணத்தில் தங்கி வியாபாரம் செய்ய ஆரம்பித்தனர். இவர்கள் பெரும்பாலும் நாட்குறிப்புகளைத் தனியே எழுதாமல், ஆங்கிலேய கிழக்கிந்தியக் கம்பெனியின் அன்றாட வியாபார விவாதங்களோடும், உரையாடல்களோடும் சேர்த்தே எழுதினார்கள். தற்போது நமக்கு இத்தகைய நாட்குறிப்பு மற்றும் கலந்துரையாடல்கள் 1672ஆம் ஆண்டு முதல் 1748ஆம் ஆண்டு வரையும், பின்னர் 1749ஆம் ஆண்டிலிருந்து 1756ஆம் ஆண்டு வரையும் கிடைக்கின்றன.[9] மேற்சொன்ன இவைகளைப் பிரத்யேக

நாட்குறிப்புகளாக நாம் கொள்ள இயலாது. ஏனெனில் இவைகளில் ஆங்கில வாணிபக் கம்பெனியின் உரையாடல்களே அதிக இடம் பெறுகின்றன. இதைத் தவிர நாம் சில ஆங்கிலேயக் கம்பெனியின் அதிகாரிகள் தனிநபர் என்ற முறையில் எழுதிய நாட்குறிப்புகளைக் காண்கிறோம். இவைகளை நாட்குறிப்புகள் என்று வரைமுறைப் படுத்தப்பட்ட வகையில் நாம் கண்டிப்பாக ஏற்றுக்கொள்ளலாம். ஸ்ரீதிரின் ஷியாம் மாஸ்டரின் 1675-1680ஆம் ஆண்டுகளுக்கான மற்றும் வில்லியம் ஹெட்ஜஸ் என்பாரின் 1681-1687ஆம் ஆண்டுக்கான நாட்குறிப்புகள் இவற்றில் அடங்கும்.[10]

பிரெஞ்சுக்காரர்கள் புதுச்சேரியில் தங்கி 1674ஆம் ஆண்டு வாணிபம் புரிய ஆரம்பித்தபோது பிரெஞ்சு கிழக்கிந்தியக் கம்பெனியின் அதிகாரி என்ற முறையில் பிரான்சுவா மர்த்தேன் என்பார் பிரெஞ்சு மொழியில் எழுதிய தினசரி நாட்குறிப்பு மிக முக்கியமான ஒன்றாகும். பிரெஞ்சு வாணிபக் கம்பெனியின் நிர்வாகக் குழு ஆணைப்படி நாட்குறிப்பு ஒன்று சரியாகவும், கண்டிப்பாகவும் பராமரிக்கப்பட வேண்டும் என்ற நிலையில் கம்பெனி முகவர்கள் தங்களது அன்றாட குறிப்புகளை மெமுவார் என்று பிரெஞ்சு மொழியில் அழைக்கப்படும் தினசரி நினைவுக் குறிப்புகளாக எழுதி வைத்துள்ளார்கள்.

பிரான்சு நாட்டிலிருந்து கடல்பயணம் மேற்கொண்டு மடகாஸ்கர் தீவு வந்து சேர்ந்தது முதல் இந்தியாவில் தான் தங்கிப் பணிபுரிந்து காலங்களில் அனுதின நாட்குறிப்புப் புத்தகம் ஒன்றை இவர் எழுதி வைத்துள்ளார். தனது பொழுதுபோக்கு வேளைகளில் இந்தக் குறிப்புகளை இவர் மாற்றியும் அமைத்துள்ளார். நாட்குறிப்பின் அசலில் பல இடங்களில் பிரான்சுவா மார்த்தேனே தனது சொந்தக் கையெழுத்தில், நாட்குறிப்பின் ஓரத்தில் காலியாக விடப்பட்ட இடத்தில் பல திருத்தங்களைச் செய்துள்ளதைக் காண்கிறோம். அன்னாரது நாட்குறிப்பு 1664ஆம் ஆண்டு முதல் 1703ஆம் ஆண்டு வரை கிடைக்கப் பெறுகிறது. இதில் புதுச்சேரியின் அரசியல், சமூகம் மற்றும் பொருளாதார வரலாற்றுக்கான விவரங்கள் ஏராளமாக உள்ளன.[11]

தமிழகத்தில் ஐரோப்பிய கிறித்தவ மதகுருமார்களும் நாட்குறிப்புகளும்

தரங்கம்பாடியில் தங்கி மறைபரப்புப் பணியில் ஈடுபட்ட சீகன்பால்கு மற்றும் இதர புராட்டஸ்டண்ட் குருக்கள் டென்மார்க்கு மன்னரின் 17 நவம்பர் 1705ஆம் தேதிய ஆணைப்படி நாட்குறிப்புகள் பராமரித்தனர். இந்த நாட்குறிப்புகள் மிஷன்ஸ் தியாரியும் (Missions - Diarium) என்று அழைக்கப்படுகின்றன.[12] இவற்றில் மதகுருமார்களின் அன்றாடச் செயல்கள் எழுதப்பட்டுள்ளன. பல்வேறு ஐரோப்பியர்கள்

பதினெட்டாம் நூற்றாண்டில் இந்தியாவில் தங்கிய காலத்தில் நாட்குறிப்பு எழுதும் பழக்கத்தைக் கைக்கொண்டு இருந்துள்ளார்கள் என்பது புலனாகிறது. இவ்வாறு அயல்நாட்டுக்காரர்கள் நாட்குறிப்பு எழுதும்போது, உள்நாட்டுக்காரர்கள் என்ன செய்தார்கள் என்று கேள்வி எழுகிறது.

இந்திய மொழியில் இந்தியர்களால் நாட்குறிப்புகள் எழுதி பராமரிக்கப்பட்டனவா அல்லது நமக்குக் காலத்தின் கோலத்தால் அழிந்துபோய் கிடைக்கவில்லையா, மேலும் உண்மையிலேயே நாட்குறிப்பு எழுதும் பழக்கம் இந்திய வியாபாரிகளிடையே இருந்ததா என்பதும் ஆய்வுக்குரிய காரியம். முதலாவதாக ஐரோப்பிய கம்பெனிகளின் ஆவணங்களைச் சற்று ஆராயும்போது இந்திய வியாபாரிகளின் நாட்குறிப்புப் பராமரிப்பு பற்றி எங்கும் குறிப்பிட வில்லை என்பது தெளிவு. இரண்டாவதாக ஐரோப்பிய வாணிப கம்பெனிகளுக்கும், இந்திய வணிகர்களுக்கும் இடையே ஏற்பட்ட பிரச்சனைகள் மற்றும் கணக்கு சச்சரவுகள் பிற்காலத்தில் நாட்குறிப்புகளின் அடிப்படையில் முந்தைய வரவு-செலவுகள் கொண்ட நாட்குறிப்புகளை ஆதாரமாகக் கொண்டு சுமூகமாகத் தீர்க்கப்பட்டதற்கான எந்தச் சான்றுகளும் கிடைக்கவில்லை. எனவே மேற்சொன்ன கருத்துகளைக் கொண்டு வரலாற்று உண்மையாகக் குறிப்பிட வேண்டுமானால் இந்திய வியாபாரிகளிடம் நாட்குறிப்பு பராமரிப்பு உணர்வு இருந்ததாக பதினாறாம் மற்றும் பதினேழாம் நூற்றாண்டுகளுக்கான எழுத்து மூலமான சான்றுகள் இல்லை என்பதை ஒப்புக்கொள்ள வேண்டும். இது தொடர்பான மூல ஆவணங்கள் எதிர்காலத்தில் கிடைக்கப் பெற்றால் இந்த முடிவுகளை மாற்றிக்கொள்ள வேண்டியுள்ளது.

இந்தியாவில் வணிகர்களிடையே நாட்குறிப்பு எழுதும் பழக்கம் இல்லாதிருப்பினும் அரசர்கள் அன்றாட விவரங்கள் கொண்ட நினைவுக் குறிப்புகளையும் மற்றும் சுயசரிதைகளையும் எழுதும் பழக்கம் கொண்டிருந்தார்கள் என்பது தெரியவருகிறது. பாபர் மற்றும் ஜஹாங்கீரின் தினசரிக் குறிப்புகளை இங்குச் சொல்லலாம். இவை பாரசீக மொழியில் எழுதப்பட்டுள்ளன. ஜஹாங்கீர் மன்னன் ஆட்சிபீடம் அமர்ந்த பின்னர் தனது முதல் பதினான்கு ஆண்டுகளுக்குக் குறிப்புகள் எழுதியுள்ளார். ஒவ்வொரு நாளின் தொடக்கத்திலும் கிழமை, தேதி முறையாக உள்ளதை இதில் காண்கிறோம். தனது பதினேழாம் ஆண்டு ஆட்சியின் போது எழுத இயலாமல் போகவே பின்னர் முகம்மது கான் என்பாரிடம் அந்தப் பணியை ஒப்படைத்தார். இருந்தபோதிலும் பத்தொன்பதாம் ஆண்டு தொடக்கத்திலேயே மட்டும் தினசரிக்குறிப்பு எழுத ஆரம்பிக்கப்பட்டுள்ளதை அறிகிறோம்.

எனவே பதினாறாம் நூற்றாண்டிலும், பதினேழாம் நூற்றாண்டிலும் இந்திய நாட்டை ஆண்ட மன்னர்களிடம் சுயசரிதை மற்றும் நினைவுக் குறிப்பு எழுதும் பழக்கம் மட்டும் உள்ளனவே அன்றி நாட்குறிப்புகள் எழுதும் பழக்கம் இல்லை என்பது தெளிவாகிறது.

தமிழகத்தை ஆண்ட அரசர்கள் தமிழ் மொழி மற்றும் இலக்கிய வளர்ச்சிக்குப் பெரிதும் ஆதரவு தந்து பேணிப் பாதுகாத்தபோதிலும், தமிழ் இலக்கிய வரலாற்றில் உரைநடை எழுதும் பழக்கத்திற்கு வித்திட்டவர்கள் ஐரோப்பியர்களே என்பது வரலாற்று உண்மையாகும். அவ்வாறே நாட்குறிப்பும் தமிழில் ஐரோப்பியர்களின் வருகைக்குப் பின்னரே தோன்றியதாகக் கருத வேண்டியுள்ளது. உலக அரங்கில் பதினாறாம், பதினேழாம் நூற்றாண்டுகளில் பல மொழிகளில் தோன்றிய நாட்குறிப்புகளிலிருந்து தமிழ் மொழியும் தப்ப முடியவில்லை. இனி தமிழில் பதினெட்டாம் நூற்றாண்டில் எழுதப்பட்ட நாட்குறிப்புகள் தோற்றம் பற்றிக் காண்போம்.

தமிழ் மொழியில் நாட்குறிப்புகள்: ஆர்மோ கலுவா மொபார் நகல் பணி, 1846

தமிழ் மொழியில் நாட்குறிப்புகள் எழுதப்பட்டு இருப்பதற்கான விவரங்கள் கி.பி 1846ஆம் ஆண்டு புதுச்சேரியில்தான் முதன்முதலாகத் தெரியவந்தது. இதற்குக் காரணமானவர் திரு.ஆர்மோன் கலுவா மொபார் என்ற பிரெஞ்சு நாட்டுக் குடிமகன். புதுச்சேரியில் வருவாய்த் துறை அதிகாரியாகப் பணிபுரிந்து வந்தகாலத்தில் ஆனந்தரங்கப் பிள்ளை அவர்களின் சந்ததியார்களின் வீட்டில் தமிழில் எழுதிய நாட்குறிப்புகள் அவருக்குக் காண்பிக்கப்பட்டதாக அறிகிறோம்.

தமிழ் நாட்குறிப்புகளின் விலைமதிக்கப்பெறாத தன்மையை உணர்ந்தவராய் கலுவா மொபார் உடனே அசலில் இருந்து நகல் எடுக்க நடவடிக்கை மேற்கொண்டார். இந்தப் பணிகள் மிகவும் தீவிரமாக்கப்பட்டு நல்ல முறையில் முடிக்கப்பட்ட பின்பு, மேற்படி விவரங்கள் அடங்கிய பதினாறு பக்கங்கள் கொண்ட ஓர் கட்டுரையை புதுச்சேரியில் இருந்து எழுதி 1849ஆம் ஆண்டு அவர் வெளியிட்டார்.[13] புதிதாக எடுக்கப்பட்ட இந்த நாட்குறிப்பு நகல்கள் கலுவா மொபார் இல்லத்திலேயே வைக்கப்பட்டதாகவும், அசல் நாட்குறிப்புகள் ரங்கப் பிள்ளை சந்ததியார் வசம் திரும்பி ஒப்படைக்கப்பட்டதாகவும் அந்தக் கட்டுரையில் கூறப்பட்டுள்ளது. ஆனந்தரங்கப் பிள்ளையின் நாட்குறிப்பு பதிமூன்று ரிஜிஸ்தர்களாக இருந்தது என்றும், திருவேங்கடம் பிள்ளை நாட்குறிப்புகள் மூன்று ரிஜிஸ்தர்களாக இருந்தது என்றும். ஆக மொத்தம் பதினாறு பதிவேடுகள் 1736 முதல் 1799ஆம் ஆண்டுகளுக்கு

உட்பட்டது என்று அவரது கட்டுரையில் சொல்லப்பட்டுள்ளது. நாட்குறிப்புகள் கண்டுபிடித்த ஆர்வத்தில் தான் எழுதிய கட்டுரையில் "இது ஓர் வினோதமான ஆர்வம் தூண்டக்கூடிய ஆவணம். இந்த நாட்குறிப்பில் சிதறிக்கிடக்கும் தகவல்களைச் சேர்த்து ஒன்றுபடுத்திய ஓர் முழுமையான படிப்பு தேவை" என்று குறிப்பிடுகிறார்.[14]

புதுச்சேரி ஆளுநராக இருந்த போன்தான் என்பாரும் பிரெஞ்சிந்திய நிருவாக சபையாரும், முன்னாள் ஆளுநர் டியூப்ளேவுக்கு ஓர் உருவச் சிலை அமைக்க நவம்பர் மாதம் 1860ஆம் ஆண்டு பிரெஞ்சு அரசுக்கு வேண்டுகோள் விடுத்தனர். பின்பு அரசு அனுமதி பெற்று டியூப்ளேயின் சிலை புதுச்சேரி துறைமுகத்தின் முன்பு, ஜுலை மாதம் 16ஆம் நாள் 1870ஆம் ஆண்டு நிறுவப்படும் தருவாயில், இந்த நிகழ்ச்சியினைச் சிறப்பிக்கும் வகையில், முசே லாது என்பார் ஆனந்தரங்கரின் நாட்குறிப்பிலிருந்து டியூப்ளே பற்றிய விவரங்களை அறிந்திட எண்ணினார். மேலும் பிரெஞ்சு மொழியில் நாட்குறிப்பின் சில பகுதிகளை மொழிபெயர்த்தார். இதில் 1746ஆம் ஆண்டு டியூப்ளே நடத்திய சென்னை நகர முற்றுகை பற்றிய விவரங்கள் மட்டுமே இடம் பெற்றது. இதற்கு திரு. கலுவா மொபார் வீட்டிலிருந்து நகல்களைப் பெற்று மொழிபெயர்ப்பு நடந்ததாக அவரே குறிப்பிட்டுள்ளார்.[15]

தமிழ் நாட்குறிப்புகள்: எதுவார் ஆரியேல் நகல் பணி, 1849

1848ஆம் ஆண்டு அரசாங்க ஆவணக்காப்பக ஊழியராகப் பணிபுரிந்த எதுவார் ஆரியேல் என்ற பிரெஞ்சுக்காரர் இந்தத் தமிழ் நாட்குறிப்பின் மீது மிகுந்த ஆர்வம் செலுத்தினார். பிரான்சு நாட்டுக்கு இந்த தமிழ் நாட்குறிப்புகளின் ஓர் நகலை அனுப்பிட எண்ணி, ரங்கப்பிள்ளை சந்ததியார் வசமிருந்த அசல் நாட்குறிப்புகளைப் பெற்று நகல் ஒன்று எடுக்கும் பணியில் ஈடுபட்டார். பின்னர் இந்தப் பணி 1849-50ஆம் ஆண்டு தொடர்ந்து நடந்து முடிக்கப்பட்டு பிரான்சு நாட்டுக்கு நாட்குறிப்பின் ஓர் நகல் 1852ஆம் ஆண்டு அனுப்பி வைக்கப்பட்டது.

ஆரியேல் அனுப்பிய நாட்குறிப்பின் நகல்கள்தான் இன்றும் பாரிசு நகரில் உள்ள தேசிய நூலகத்தில் Collections Le Fonds Indien, Groupe Tamoul, Mss. *144-155* மற்றும் *156-158* எனக் குறிக்கப்பட்டு பாதுகாப்பாக உள்ளது. உ.வே.சாமிநாத ஐயர், பிரெஞ்சு அறிஞர் ழூலியோன் வின்சோன் அவர்களுடன் 1891இல் தொடர்பு கொண்டு பாரிசு நகரில் உள்ள தமிழ் நாட்குறிப்பு மற்றும் இதரச்சுவடிகள் பற்றி அறிந்ததாக அவர் எழுதிய "தன் வரலாறு" என்னும் நூலில் கீழ்க்கண்டவாறு குறிப்பிடுகிறார்.[16]

"தமிழ்நாட்டில் தமிழ்த் தாய் நெருப்பினாலும், வெள்ளத்தினாலும் பாதிக்கப்பட்டாலும் அவளது ஆபரணங்கள் தொலைவில் உள்ள நகரமான பாரிசில் மிகவும் பாதுகாக்கப்பட்டு பராமரிக்கப்படுகிறது".

1889ஆம் ஆண்டு பாரிசு நகர பேராசிரியர் மூலியோன் வின்சோன் "இந்தியாவில் பிரெஞ்சுக்காரர்கள்" என்ற புத்தகம் ஒன்று எழுதி வெளியிடும் சமயத்தில் ரங்கப் பிள்ளை நாட்குறிப்பின் சில பகுதிகளை மொழியாக்கம் செய்துள்ளார். 1894ஆம் ஆண்டு பாரிசிலிருந்து வெளியிடப்பட்ட இந்தப் புத்தகத்தின் மூன்றாம் தொகுதியில், பதினைந்தாம் பகுதியில் ரங்கப் பிள்ளை நாட்குறிப்பின் மொழியாக்கம் உள்ளது. இவர் பாரிசிலுள்ள எதுவார் ஆரியேலின் நகலை உபயோகித்ததாகக் குறிப்பிட்டுள்ளார்.[17]

தமிழ் நாட்குறிப்புகள்: ஜெனரல் மெக்லீடு நகல் பணி, 1892

புதுச்சேரியில் கிடைக்கப் பெற்றுத் தமிழில் எழுதப்பட்டிருந்த நாட்குறிப்புகள் சென்னையிலிருந்த ஆங்கிலேய அரசின் கவனத்துக்கு 1892ஆம் ஆண்டு கொண்டு வரப்பட்டது. லெப்டினெண்ட் ஜெனரல் எச். மெக்லீடு என்பவர் ஆங்கிலேய முகவராகப் புதுச்சேரியில் தங்கிய காலத்தில் பேராசிரியர் ஜி. டபிள்யூ. பாரஸ்ட், இம்பீரியல் ஆவணக் காப்பகத்தின் காப்பாளராகக் கல்கத்தாவில் பணிபுரிந்தவருக்கு தகவல்களைத் தெரிவித்து நகல் எடுக்கக் கோரினார். லாடு வென்லாக் என்பவர் இந்தக் கருத்தை வரவேற்று கலுவா மொபார் ஏற்கெனவே தயாரித்து எடுத்த நகலினைப் பெற அனுமதி அளித்தார்.[18]

கலுவா மொபார் எடுத்த நகலின் பிரதி சென்னையிலுள்ள ஆங்கிலேய ஆவணக்காப்பகத்திற்கு 1892ஆம் ஆண்டு அனுப்பி வைக்கப்பட்டது. அங்கு நம்பிக்கையான மற்றொரு நகல் எடுக்கும் பணி 1892ஆம் ஆண்டின் இறுதியில் தொடங்கப்பட்டு 1896ஆம் ஆண்டு முடிவுற்றது. இன்றும் இந்த நகல்கள் சென்னை நகரில் எழும்பூரிலுள்ள தமிழ்நாட்டு மாநில ஆவணக்காப்பகத்தில் பொதுத்துறை சன்டிரிஸ், பொது எண் 22100, வரிசை எண் 166 முதல், பொது எண் 22120, வரிசை எண் 186பி வரை வழங்கப்பட்டு பாதுகாப்பாக உள்ளது.

இந்த நகலில் இருந்து பிரடரிக் பிரைஸ் என்பார் ஆங்கில மொழியாக்கம் செய்து ரங்கப் பிள்ளை நாட்குறிப்பின் முதல் மூன்று தொகுதிகளை 1904 முதல் 1914ஆம் ஆண்டுக்கு உட்பட்ட காலத்தில் வெளியிட்டார். பின்னர் எச். டாட்வெல் என்பவரது முயற்சியால் ஏனைய ஒன்பது தொகுதிகளை 1916ஆம் ஆண்டு முதல் 1928ஆம் ஆண்டு முடிய அச்சிட்டு வெளிவந்தன. இந்த ஆங்கில மொழிபெயர்ப்பு

நாட்குறிப்புதான் பெரும்பாலும் இன்றுவரை பல ஆராய்ச்சியாளர்களால் உபயோகிக்கப்படுகிறது.

தமிழ் நாட்குறிப்புகள்: தற்போதைய பிரெஞ்சு ஆய்வு நிறுவன நகல்

திரு. கலுவா மொபார் சந்ததியார்கள் தங்கள் வசம் இருந்த நாட்குறிப்புகளை 1958ஆம் ஆண்டு பிரெஞ்சு ஆய்வு நிறுவனத்துக்கு வழங்கினார்கள். இதில் ஆனந்தரங்கப் பிள்ளை நாட்குறிப்பின் சில பகுதிகளும், ரங்கப்ப திருவேங்கடம் பிள்ளை நாட்குறிப்பின் ஒரு பகுதியும் உள்ளது.[19] இந்த திருவேங்கடம் பிள்ளை நாட்குறிப்பு நகல் விஷ‍ு வருஷம் புரட்டாசி மாதம் 4ஆம் நாள், புதன்கிழமை (16 செப்டம்பர் 1761) தொடங்கி தொடர்ந்து ஏழு மாத காலங்களுக்கு விஷ‍ு வருஷம் பங்குனி மாதம் 31ஆம் தேதி, செவ்வாய்க்கிழமை '8 ஏப்ரல் 1762) வரை உள்ளது. இந்த ரங்கப்ப திருவேங்கடம் பிள்ளை நாட்குறிப்பின் பகுதிகள் பாரிசிலோ, சென்னையிலோ கிடைக்கப் பெறாமல் உள்ளபடியால் பிரெஞ்சு ஆய்வு நிறுவனத்தில் உள்ள இந்த நாட்குறிப்பின் நகல் மிகவும் முக்கியமானது. இதிலிருந்து பாரிசிலுள்ள ஆரியேலின் நகலும் முழுமையானது அல்ல என்று புலப்படுகிறது.

தமிழ் நாட்குறிப்புகள்: தற்போதைய புதுச்சேரி இந்திய தேசிய ஆவணக்காப்பக நகல்

ரங்கப் பிள்ளை வீட்டில் தங்கிய எஞ்சிய நாட்குறிப்புகள், ஆனந்த ரங்கப் பிள்ளையின் வாரிசுதாரரான திரு. கிருஷ்ணபிள்ளை அவர்களால் பாதுகாப்பு நிமித்தம் பிரெஞ்சு ஆவணக்காப்பகத்திற்கு 1960ஆம் ஆண்டு வழங்கப்பட்டது. பின்பு புதுச்சேரி இந்திய தேசிய ஆவணக்காப்பகத்திற்கு அவை மாற்றப்பட்டுவிட்டன. இன்று இவை 18ஆம் நூற்றாண்டு ஆவணத்தின் அட்டவணை எண்கள் 436, 437, 438, 439, 440 என வழங்கப்பட்டு உள்ளன.

காணாமல் போன அசல் நாட்குறிப்புகள்

ஆனந்தரங்கரின் நாட்குறிப்பு ஆங்கில மொழியாக்கம் முழுமையாக இருக்க வேண்டும் என்று 1901ஆம் ஆண்டு ஆங்கிலேயர் உணர்ந்தபடியால் நாட்குறிப்புகளில் விடுபட்ட சில பகுதிகளைத் தேட ஆரம்பித்தனர். இந்தத் தருணத்தில் பிரெஞ்சு-இந்திய ஆவணக்காப்பாளர் திரு. சிங்காரவேலு பிள்ளையைத் தொடர்பு கொண்டனர். அப்போது அன்னார், ரங்கப் பிள்ளை குடும்பத்தலைவராயிருந்த விஜயதுரை ரங்கப்பிள்ளை அவர்களை அணுகினார். தங்கள் இல்லத்தில் தம் வசம் இருந்த நாட்குறிப்புகள் உள்ள பத்து பதிவேடுகளின் பட்டியலை ஜனவரி

மாதம் பத்தாம் நாள் 1902ஆம் ஆண்டு தேதியிட்ட கடிதத்தில் அவர் குறிப்பிட்டுள்ளார்.[20] இவ்வேளையில்தான் நாட்குறிப்பின் மூலப் பிரதிகள் சில மாயமாய் மறைந்து போனது பற்றிய தகவல்கள் தெரிய வந்தது. எனவே, ஆங்கிலேய அரசாங்கத்தார் கிடைக்கப்பெற்ற நாட்குறிப்பின் நகல்களை வைத்துக் கொண்டே மொழியாக்கம் செய்து பணியை முடித்து நூல்களை வெளியிட்டனர்.

காணாமல்போன அசல் நாட்குறிப்புகள் எங்கு உள்ளன என்பது இன்றுவரை புதுமையாகவே இருக்கிறது. அப்போதும் தற்போதும் உள்ள பிரெஞ்சு ஆவணக்காப்பக அட்டவணைகளின்படி இந்த நாட்குறிப்புகள் பிரெஞ்சு அரசாங்கத்தாரால் எந்த ஒரு நிலையிலும் பெறப்படவில்லை என்ற நிலைமை மிகத் தெளிவாகவே உள்ளது. 1884ஆம் ஆண்டு பிரெஞ்சு அரசாங்கத்தால், புதுச்சேரியில் உள்ள ஆவணங்களைப் பரிசீலித்த அட்டவணை தயாரிக்க ஆணையிடப் பட்டதில் இருந்தும், பதிவேடுகளை பராமரிக்க அலுவலர் ஒருவர் 23, செப்டம்பர் 1852ஆம் ஆண்டு நியமிக்கப்பட்டதை அடுத்தும், 1885, 1912 மற்றும் 1914ஆம் ஆண்டுகளில் வெளியிடப்பட்ட விரிவான பிரெஞ்சு ஆவணக்காப்பக அட்டவணைகளிலிருந்தும் இந்தக் காணாமல் போன நாட்குறிப்புகள் இடம் பெறாதது இதற்குச் சான்றாகும். இதிலிருந்து புலப்படுவது என்னவென்றால், பிரெஞ்சு அரசாங்கத்தாரைவிட ஆங்கிலேயரே நாட்குறிப்பு பதிப்பில் மிகுந்த ஆர்வம் கொண்டிருந்தனர் என்பதே ஆகும்.

ரங்கப் பிள்ளையின் நாட்குறிப்பு 6, செப்டம்பர் 1736ஆம் ஆண்டு முதல் ஆங்கிலத்தில் மொழிபெயர்ப்பு செய்யப்பட்டபோது 25, நவம்பர் 1748 முதல், 25 ஜூன் வரை, மேலும் 9 செப்டம்பர் 1753 முதல், 3 செப்டம்பர் 1754 வரை, இதுவுமன்றி 22 செப்டம்பர் 1758 முதல் 22 ஜனவரி 1759 உட்பட்ட நான்கு பெரிய இடைவெளி உள்ள காலங்களுக்கு, விவரங்கள் கிடைக்கப் பெறவில்லை என்று ஆங்கிலேயர்கள் தெவித்தனர்.[21] எனவே இரண்டு ஆண்டுகள் ஒரு மாதம், பதினைந்து நாட்களுக்கு நாட்குறிப்பு விவரங்கள் மொத்தமாக இல்லை என்று முடிவானது. ஆனந்தரங்கப் பிள்ளை நாட்குறிப்பில் இடைவெளிகள் நீண்டதாக இருந்ததால், மூலப்பிரதிகளில் இருந்து நகல் எடுப்போர் கவனக்குறைவு காரணமாக எழுதாமல் விடுபட்டு இருக்கலாமோ அல்லது உண்மையிலேயே கிடைக்கப் பெறாமல் இருக்குமோ மற்றும் தேர்ந்தெடுத்து சில குறிப்பிட்ட பகுதிகளை மட்டும் எழுதினார்களோ என்று பல ஐயப்பாடுகள் தோன்றுகிறது.

நகல்களை ஒப்பிட்டுப் பார்த்தல்

முதன் முதலாக இந்த தமிழ் நாட்குறிப்புகள் 1846ஆம் ஆண்டு கண்டுபிடிக்கப்பட்டபோதும், பின்னர் விவரங்கள் அடங்கிய கட்டுரை வெளியிட்ட போதும், அசல் நாட்குறிப்பு பதிவேடுகள் பெரிய அளவுடையன என்று மட்டுமே சொல்லப்பட்டதோடு, அவைகளின் நீளம், அகலம், கொண்டுள்ள பக்கங்களின் எண்ணிக்கை மற்றும் இதர தடய விவரங்கள் குறிப்பிடப்படவில்லை. நாட்குறிப்பின் மூலப்பிரதிகள் காணாமல்போன நிலையில், பாரிசு நகரில் உள்ள ஆரியேலின் நகலினையும், புதுச்சேரியில் இருந்த கலுவா மொபாரின் நகலினையும் ஒப்பிட்டுப் பார்க்கும் பணி திரு. மூவான் துப்ரேல் மற்றும் நீலகண்ட சாஸ்திரி அவர்களால் 1939ஆம் ஆண்டு செய்யப்பட்டது.[22] இந்த முயற்சியில் சில உண்மைகள் வெளியாகி உள்ளன. அதாவது ஆனந்தரங்கப் பிள்ளையின் பல தேதியிட்ட குறிப்புகளில் சிறப்பாக 1, அக்டோபர் 1749 முதல், 7 அக்டோபர் 1760ஆம் ஆண்டு முடிய உள்ள இடைப்பட்ட காலங்களுக்கான முப்பத்தைந்து தினசரிக் குறிப்புகள் பிரசுரிக்கப்பட்ட ஆங்கிலப் பதிப்பில் இடம்பெறாமல் உள்ளது என்ற உண்மை புலனானது. எனவே ரங்கப் பிள்ளையின் தமிழ் நாட்குறிப்பின் ஆங்கில மொழிபெயர்ப்பு பதிப்பு முழுமையானது இல்லை என்று தெரியவந்தது.

புதுச்சேரியில் இருந்த கலுவா மொபார் நகலில் கிடைக்காமல் போன நாட்குறிப்புப் பகுதிகள் பாரிசு தேசிய நூலகத்தில் உள்ள ஆரியேல் நகலில் பிரமோத வருஷம் மார்கழி மாதம், பத்தொன்பதாம் நாள் (19, டிசம்பர் 1756) உள்ளது என்று நீலகண்ட சாஸ்திரி சுட்டிக் காட்டினார். எனவே பாரிசு நகல் அநேகமாக முழுமையானது, பதிப்புக்கும் ஆராய்ச்சிக்கும் உகந்தது என்று பலரும் நினைக்கும் வாய்ப்பு ஏற்பட்டது. தற்போது நான் ஆங்கிலம் மற்றும் தமிழில் வெளிவந்த நாட்குறிப்புகளுடன் பாரிசு நகலை ஒப்பிட்டுப் பார்க்கும் போது, ஜனவரி 3, 4, 6, 7, 9, 10-ம் நாளிட்ட 1752ஆம் ஆண்டுக்கான பதிவுகள் உள்ளதை அறிய வந்தேன். ஜனவரி 2, 6, 31 ஆகிய மூன்று தேதிகளுக்கான பதிவுகள் மட்டுமே சென்னையில் உள்ள நகலில் உள்ளதையும் அறிந்தேன். எனவே பாரிசு நகலில் கூடுதல் விவரங்கள் உள்ளன என்ற உண்மை நிரூபிக்கப்படுகிறது. மேலும் தமிழ் மற்றும் ஆங்கிலப் பதிப்பில் மேற்சொன்ன நாட்களில் வரிகள் அழிந்து விட்டன. நகல் கிழிந்துவிட்டது என்று சொல்லப்பட்டுள்ளது. ஆகையால் நாட்குறிப்புகள் வெளியிட்டோர் கிடைக்கப்பெற்ற பல நகல்களை ஒப்பிட்டு, சரிபார்த்து தொகுத்து முழுமையாக பதிப்பு செய்யவில்லை என்பதில் எள்ளளவும் ஐயமில்லை.

அடிக்குறிப்புகள்

1. 'Voyageurs Chiniois Chez les Khitan et les Joutechen', *Journal Asiatique*, vol. IX, 1897, pp. 377- 441; vol. XI. 1898, pp. 351-439.
2. Herbert Franke, 'A Sung Embassy Diary of 1211-1212, The Shih-Chinz-Lu of Cheng Cha', *Bulletin de Ecole Francaise d' Extreme-Orient*, vol. LXIX, 1981, pp. 17 - 207.
3. A.C. Moule & P.Pelliot, *Description of the World*, London, 1938; R.H. Major, *India in the Fifteenth Century*, Delhi, 1938.
4. C.H. Coote, ed., *The Voyage from Lisbon to India, 1505-06, Being an Account and Journal by Albericus Vespucius*, London, 1894.
5. Marino Sanuto, *I Diarii de Marino Sanuto, 1496-1533*, eds., G. Berehet R. Fulin & Alii, Venice, 1897-1903.
6. Girolamo Piruli, *I Diarii di Girolamo Piruli, 1494-1512*, 4 vols, Cita del Castelio & Bologna, 1933-1946.
7. B. Greiff, ed., *Tagebuch des Lucas Rem aus den Jahren 1494-1541, Ein Beitrag Zur Hdndetsgesehichte der Stadt Augusburg*, Augsburg, 1961.
8. *Dagh Register Gehuden int Casteel Batavia van het Passerende daer teer Plaeste als Over Gheel Nederlandts Indie, 1624-1682*, 31 vols, The Hague & Batavia, 1887-1931.
9. Records of Fort St. George, *Diary and Consultation Books, 1672-81, 1686-94, 1696-1746, 1749-56*, Madras, 1910-1950.
10. Streynsham Master, *The Diaries of Streynsham Master, 1675-80*, ed., Sir Richard Temple, 2 vols, London, 1911.
11. Alfred Martineau, *Memoirs de Francois Martin*, 2 vols, Paris, 1932.
12. K. Pamperrien, trs.. *History of Tranquebar Mission − Worked out fro the Original Papers*, by Ferd, Fenger translated into English from the German of Emil Francke, Tranquebar, 1863, Madras, 1906, p. 238.
13. Gallios Montburn, *Notice sur la Chronique en Langue Tamile et sur la Vie d' Ananda Ranga Pillei*, Pondichery, 1849, pp. 1-16.
14. முன் சுட்டியது.
15. Pierre Bourdat, *Pondicherry in the Eighteenth Century*, Pondicherry, 1995, pp. 62-63.
16. உ.வே. சாமிநாத ஐயர், *என் வரலாறு, 1982*, பக்கங்கள், 688-689.
17. Julien Venson, *Les Francais dans L'Inde Dupleix et Labourdonnais*, Paris, 1894.
18. J. Frederick Price & K. Rangachari, *The Private Diary of Ananda Ranga Pillai*, Madras, 1904, vol. 1, pp. xv-xvi.
19. Institut Francais de Pondicherry, Mss. ET-FR. No. 131.
20. C.S. Srinivaschari, *Ananda Ranga Pillai: The Pepys' of French India*, Madras, 1940, See the Introduction.
21. J. Frederick Price & K. Rangachari, The Private Diary of Ananda Ranga Pillai, pp. xvi-xvii.
22. K.A. Nilakanta Sastri, 'New Pages from Ananda Ranga Pillai Diary', *Journal of the Madras University*, vol. XIV, no. 2, 1942, pp. 1-16.

2
ஆனந்தரங்கப் பிள்ளையின் தமிழ் நாட்குறிப்பு, 6 செப்டம்பர் 1736 முதல் 24 செப்டம்பர் 1760 வரை

ஆனந்தரங்கப் பிள்ளை சென்னைக்கு அருகிலுள்ள பெரம்பூரில் 30 மார்ச் 1709இல் பிறந்தார். இவரின் தந்தை பெயர் திருவேங்கடம், தாயார் பெயர் லட்சுமி. தம் தாயாரை 1713ஆம் ஆண்டில் இழந்த பின் தந்தையாரையும் 1, ஜூன் 1726இல் இழக்க நேரிட்டது. சிறுவயதிலேயே தந்தையாரின் வியாபாரப் பொறுப்புகளைக் கவனிக்க வேண்டி, ஆனந்தரங்கருக்கு கல்வி போதிக்க எம்பார் என்ற ஆசிரியரை ஆனந்தரங்கரின் தந்தையார் நியமித்தார். இவரிடம் கல்வி கற்றதாக ரங்கப் பிள்ளை தம் நாட்குறிப்பில் குறிப்பிடுகிறார்.[1]

இளமையிலேயே கல்வி கற்றதுமின்றி, தமிழ், தெலுங்கு, பிரெஞ்சு எழுதவும் படிக்கவும் தெரிந்திருந்தார். இதுவுமன்றி போர்ச்சுக்கீஸ் மற்றும் இந்துஸ்தானி மொழிகள் பேச மட்டும் தெரியும். இந்த மொழிகளைப் பயின்றிருந்தது நாட்குறிப்பு எழுத அன்னாருக்கு ஓரளவு உதவி இருக்கலாம் என அறிகிறோம்.

ரங்கப் பிள்ளையின் மனைவி பெயர் மங்காத்தாயி என்பதாகும். மேலும் சகோதரர் பெயர் திருவேங்கடம் என்பதாகும். ஆனந்த ரங்கருக்கு மூன்று மகள்கள் இருந்ததில் பாப்பாள் என்பவள் மூத்தவள். இவளை லட்சுமணப் பிள்ளைக்கு திருமணம் செய்து கொடுத்தார். ஆனால் பாப்பாள் 7, ஜூலை 1747இல் இறந்தாள். தன் மகள் பொன்னாச்சியைக் காரைக்காலைச் சேர்ந்த கந்தப் பிள்ளைக்குத் திருமணம் செய்து கொடுத்தார். நன்னாசியை வெங்கிட்டம்மாள்பேட்டை சிதம்பரநாதப் பிள்ளைக்கு 12, ஜூன் 1755இல் திருமணம் செய்து கொடுத்தார். ஆனந்தரங்கரின் மூத்த மகன் அண்ணாசாமி 7, ஜனவரி 1748இல் பிறந்தார். இளையமகன் அய்யாசாமி 27, அக்டோபர் 1750இல் பிறந்தார்.[2]

ஆனந்தரங்கர் தாம் எழுதிய நாட்குறிப்பு ரகசியமாக இருக்க வேண்டும் என்றும், வெளி உலகத்துக்குத் தெரிய வேண்டாம் என்ற கருத்து கொண்டிருந்ததாகவும் சிலர் தெரிவிக்கிறார்கள். ஆனால், இந்த

கருத்து சரியல்ல. ரங்கப்பிள்ளை அவர்தம் நாட்குறிப்பில் இரண்டு இடங்களில் கூறியுள்ளது இதற்கு ஆதாரமாகும்.[3]

அ. "யெல்லாரும் யிதையறிந்து கொள்ள வேணும் யெண்ணு யெழுதுனேன்."

ஆ. "சென்னப்பட்டணத்திலிருந்து யின்று வந்த காகிதத்தில் யிந்த சேதி வந்துது. யிதை அறிய விரும்புவோர் படிச்சு கொள்ள வேண்டியே யிங்கே யெழுதுறேன்."

இ. "பெற்றார், பிறந்தார், பிறவித்துயர் தீர உற்றார் குலந்தழைக்க உண்மையறிந்தே யெழுதினபடி யிதனை யெல்லாம் காணவெழுதினோம்."

தொடக்கத்தில் ரங்கப்பிள்ளை தனது சொந்தக் கையெழுத்தில் எழுதியுள்ளார். ஆனால் தாம் தலைமை துபாசியாக பதவியேற்ற காலத்திலும் தொடர்ந்து எழுதி வந்த அவர் நாளடைவில் எழுத்தர்களை நியமித்து எழுதியது தெரிகிறது. இந்த விவரங்களை அவரே ஒரு இடத்தில் குறிப்பிடுகிறார். "னான் ராமாஞ்சி பண்டிதரை சில சேதிகளைத் தினசரி தஸ்த்திரத்தில் யெழுதச் சொன்னேன்."[4]

மேலும் ரங்கப் பிள்ளை வெளியூர்களுக்குச் சென்றிருந்தபோது, குறிப்பாக 30 ஆகஸ்டு முதல், 17 செப்டம்பர் 1740 வரை பரங்கிப் பேட்டையில் தங்கி இருந்த காலத்தில் நாட்குறிப்பு பதிவுகள், எழுத்தர்களால் எழுதப்பட்டுள்ளது. அதில், தன்மையில் இருக்க வேண்டிய விவரங்கள் படர்க்கையில் உள்ளது நோக்கத்தக்கது. இதுவுமன்றி ஊர்களுக்குச் சென்று திரும்பிய பின்பு அவரே சில நேரங்களில் ஒரு வார நிகழ்ச்சிகளை (18, மே முதல் 27 மே 1744) முழுமையாக ஒரே அமர்வில் உட்கார்ந்து நாட்குறிப்புகளை எழுதுகிறார்.[5]

தான் தலைமைத் துபாசியாக இருந்த காலத்தில் பணிச்சுமை காரணமாக எழுத்தர்களைக் கொண்டு நாட்குறிப்பு எழுதியுள்ளார். இந்த விவரங்களை நாட்குறிப்பின் அசலில் இருந்து நகல் எடுத்தோர் பாரிசு நகலில் கீழ்க்கண்டவாறு குறிப்பிட்டுள்ளனர். ஆனந்தரங்கரால் நாட்குறிப்பின் இந்தப் பகுதிகள் எழுதப்படாமல் இருப்பது இதனால் நன்கு தெரிகிறது.[6]

"வசாத ராய விசய ஆனந்தரங்கப் பிள்ளை கையெழுத்தாய் யெழுதின தஸ்திரம். இது யாதாம் மொருவர் நண்ணாய் பாற்குறாரோ

அவர்களுக்கு புத்தியும் வித்தையும் அயிட அயிசுவரியமும் சந்தான சமலித்தியு மெண்றாமலுண்டாம்."

ரங்கப் பிள்ளையின் அசல் நாட்குறிப்பு அவராலேயே சொந்த கையெழுத்தில் 29 மார்ச் வரை மட்டுமே எழுதப்பட்டது என்பது பாரிசு நகலில் தெளிவாகிறது. மேலும் சித்திரை முதல் (ஏப்ரல்) ஐப்பசி வரை (செப்டம்பர்) 1760 வரை ரங்கப் பிள்ளை வியாதியாய் இருந்ததால் வேறு நபரை வைத்து நாட்குறிப்பு எழுதியுள்ளார் என்பதும் புலனாகிறது.

ஆனந்தரங்கரின் நாட்குறிப்பில் சில இடைவெளிகள் இருப்பதை நாம் காண்கிறோம். இவ்வித இடைவெளிகளுக்குச் சில காரணங்கள் உள்ளன. தன் நாட்குறிப்பில் ஏழாம் தேதி முதல் பதினேழாம் தேதி வரைக்குரியது ஒரு சமயம் காணாமல் போய் விட்டதாகவும், அதனால் நாட்குறிப்புகளில் ஒன்றும் எழுத முடியாமல் போனதாகவும், அவை கிடைக்கப்பெற்றால் எழுதுவதாகவும் ஆனந்தரங்கப் பிள்ளையே சொல்லுகிறார்.[7]

மேலும் நாட்குறிப்பு எழுதுவதற்கு சில ஆதாரங்களை அடிப்படையாகக் கொண்டே எழுதி வந்துள்ளார். குறிப்பாக வந்த கடிதங்கள், கேட்ட செய்திகள் ஆகியவைகளின் அடிப்படையில் அவரின் நாட்குறிப்பு அமைந்துள்ளது நன்கு புலனாகிறது. ஆனந்தரங்கப் பிள்ளை தம் நாட்குறிப்புகளை அன்றைய தினமே சில நேரங்களில் எழுதியுள்ளதாலும், சில நேரங்களில் குறுகிய இடைவெளிகளுக்குப் பிறகு எழுதியுள்ளபடியினாலும், இந்த நாட்குறிப்பு முற்றிலுமாக நினைவுக் குறிப்புகளிலிருந்து வேறுபடுகிறது.

ரங்கப் பிள்ளை தன் நாட்குறிப்புகளைச் சில நேரங்களில் தன் வீட்டிலிருந்தும், சில நேரங்களில் அவர் குறிப்பிட்டுள்ளபடி புதுத் தெருவில் இருக்கும் புடவை கிடங்கிலிருந்தும் மாலை நேரங்களிலேயே பெரும்பாலும் எழுதியுள்ளார்.[8] அவர் எழுதிய அசல் நாட்குறிப்பு தொகுதிகள் ஒவ்வொன்றும், எந்தக் காலத்தில் ஆரம்பித்து எந்தக் காலம் முடிய எழுதப்பட்டிருந்தது என்ற விவரங்களை, நாட்குறிப்பினை நகல் எடுப்போர் சம்பந்தப்பட்ட தொகுதிகளின் முதல் பக்கங்களில் குறிப்பிட்டுள்ளார்கள். இதுவுமன்றி அசலிலிருந்து ஆரியேல் நகல் எடுத்த அனைத்து நாட்குறிப்பு தொகுதிகளின் அட்டவணையும் ஒன்று தனியே தரப்பட்டுள்ளது பாரிசு நகலில் இருக்கிறது.[9] ஒவ்வொரு நாளும் நாட்குறிப்பு எழுதும்போது தேதி, கிழமை, மாதம், வருடம், தமிழ் மற்றும் பிரெஞ்சு காலண்டர் முறைப்படி குறிப்பிடுவதை ரங்கப் பிள்ளை வழக்கமாகக் கொண்டுள்ளார்.

ஆனந்தரங்கப் பிள்ளை நாட்குறிப்பு கிடைக்கப்பெறும் இடங்களும் நகல்களும்

புதுச்சேரியிலுள்ள இந்திய தேசிய ஆவணக்காப்பகத்தில், ரங்கப் பிள்ளை தமிழ் நாட்குறிப்பு பகுதிகள் 1754 முதல் 1760 வரை பதினெட்டாம் நூற்றாண்டு ஆவண எண் 433 முதல் 443 வரை முறையே 790, 659, 766 மற்றும் 711 பக்கங்களைக் கொண்டுள்ளது. பிரெஞ்சு ஆய்வு நிறுவனத்தில் கலுவா மொபார் தயாரித்த நகல் ஆவண எண் ET-FR 131 (1) முதல் 131 (5) முடிய கொண்டுள்ளது. இந்த நாட்குறிப்புகள் 1747 நவம்பர் முதல் 1758 வரை உள்ள காலங்களுக்கு உரியவை. இந்த ஐந்து தொகுதிகள் முறையே 416, 505, 280, 273 மற்றும் 260 பக்கங்களைக் கொண்டுள்ளன. இவற்றில் தொகுதி எண் 3 மற்றும் 5 மிகவும் பழுதடைந்து உள்ளது. இதுவுமன்றி சென்னையிலுள்ள தமிழ்நாடு ஆவணக்காப்பகத்தில் ஜெனரல் மெக்லீடு தயாரித்த ரங்கப் பிள்ளை நாட்குறிப்பு நகல்கள், பொதுத் துறை ஆவண எண் 166 முதல் 185 ஏ, (செப்டம்பர் 1736இல் இருந்து ஜனவரி 1761 வரை) 38 தொகுதிகள் உள்ளன.

ஆரியேல் அவர்கள் ரங்கப் பிள்ளை நாட்குறிப்புகளை முழுமையாக நகல் எடுத்துள்ளார். பாரிசு தேசிய நூலகத்தில் உள்ள இந்த ரங்கப் பிள்ளை நாட்குறிப்பு பதிவேடுகள் 350 x 225 மில்லி மீட்டர் அளவு கொண்டவை. இவை Mss. Indien 144 முதல் 154 முடிய உள்ள எண்களைக் கொண்டுள்ளன. 1849-1850ஆம் ஆண்டுகளில் புதுச்சேரியில் எதுவார் ஆரியேல் அவர்களால் நகல் எடுக்கப்பட்டது என்று தெளிவாகக் குறிப்பிடப்பட்டுள்ளது. மேலும் ஆவண எண் 154 Bis. திரு. புர்குவேன் (Bourgoin) அவர்களால் 1901ஆம் ஆண்டு நகல் எடுக்கப்பட்டு பாரிசுக்கு அனுப்பி வைக்கப்பட்டது என்றும் சொல்லப் பட்டுள்ளது. இந்த பன்னிரண்டு தொகுதிகளும், கொண்டுள்ள தாள்களும், பக்கங்களும் கீழ்வருமாறு:

தொகுதி எண்	பக்கங்களின் எண்ணிக்கை
144	53
145	216
146	311
147	411
148	204

149	409
150	410
151	372
152	430
153	391
154	397
154 Bis	260

மேற்சொன்ன பாரிசு நகல் "ஆனந்தரங்கப்பன் பொஸ்தகம்" என்று ஆரம்பிக்கிறது. முதலில் 26, மார்ச் 1726 முதல் ஜூன் முடிய உள்ள விவரங்கள் தரப்பட்டுள்ளன. இதன் பின்னர் நாட்குறிப்பு 6, செப்டம்பர் 1736இல் கீழ்க்கண்ட பாயிரத்துடன் தொடங்குகிறது.[10]

"காதிலே கேட்டது, கண்ணால் பாத்தது, மத்தும் நடக்குற விந்தைகள், புதுமைகள், கப்பல் வந்ததும், மறுபடி போறதும், யெழுதி யிருக்குறது"

சுவடி எண் 148 நாட்குறிப்பு பகுதிகளில் 19, அக்டோபர் 1850ஆம் ஆண்டு தியாகராஜன் என்பாரால் தமிழில் நகல் எடுக்கப்பட்டுள்ளது. மேலும் சுவடி எண் 149, தம்பி ஞானப்பிரகாசம் மற்றும் தியாகநாதன் என்ற இரு நபர்களால் நகல் எடுக்கப்பட்டுள்ளது.

தெலுங்கில் உள்ள 1752ஆம் ஆண்டுக்கான நாட்குறிப்பு பகுதிகள் அண்ணாசாமி, ராமசாமி மற்றும் ராமைய்யா ராவ் என்பவர்களால் 1850ஆம் ஆண்டு சரிபார்க்கப்பட்டு நகல் தயாரிக்கப்பட்டதாக ஆரியேல் அவர்கள் குறிப்பிட்டுள்ளார். மேலும் சுவடி 150இல் "திருவண்ணாமலையி லிருந்து வந்த காகிதத்தை பாத்து பார்சியிலே யிருந்ததை தெலுங்குலே யெழுதி வச்சேன்" என்றும், "தெலுங்குலே தானே இதனை யெழுதி வச்சேன்" என்று வேறொரு இடத்திலும் ரங்கப்ப பிள்ளை குறிப்பிடுகிறார். இதுவுமன்றி "பத்தொன்பது நகைக்கு, பேர் விவரமும் கணக்கும், பாக்கி விலையும் பின் கீழே தெலுங்குலே யெழுதி யிருக்குது" என்றும் குறிப்பிட்டுள்ளார். சுவடி எண் 153இல் இந்த னாள் மயிசூர் சேதி வடக்கிலே யிருந்து வந்தபடிக்கு தெலுங்குலே கீழே யெழுதியிருக்குது என்று குறிப்பிடுகிறார். இவ்வாறு பெரும்பாலும் அக்டோபர் 1751ஆம் ஆண்டு முதல் ஆகஸ்டு 1755ஆம் ஆண்டு முடிய நாட்குறிப்புகள் தெலுங்கிலும் எழுதப்பட்டுள்ளன.[11]

நாட்குறிப்பில் தெலுங்கில் எழுதப்பட்டுள்ள தொகுதி மற்றும் நாட்குறிப்பு பக்கங்களின் விவரங்கள்

தொகுதி எண் 149
பக்கங்கள் 38v-41, 58v-62, 161-163, 185v-186, 247v-250v, 295-295v

தொகுதி எண் 50
பக்கங்கள் 314v-318, 326-328, 333v-334, 338, 352, 380v-382v, 390, 402, 408, 408Bis, 409v

தொகுதி எண் 151
பக்கங்கள் 172v, 241v, 244

ரங்கப் பிள்ளை நாட்குறிப்பில் உள்ள சில பகுதிகளில் பிரெஞ்சில் எழுதி வந்த கடிதங்களைப் பார்த்து பிரதி எடுத்து எழுதப்பட்டுள்ளது தெரிகிறது. மேலும் சில இடங்களில் குறிப்பாக 1755ஆம் ஆண்டு (யுவ வருஷம்) தமிழிலும், பிரெஞ்சிலுமே எழுதப்பட்டுள்ளதை நாம் காண்கிறோம்.[12] பிரெஞ்சு கவர்னருக்கு வந்த கடிதங்களின் நகல்களில் சிறப்பாக 27, 29 ஜூன் 1756, மற்றும் 4, 13 ஜூலை 1759 ஆகியவை நாட்குறிப்பில் முழுவதுமாக எழுதப்பட்டுள்ளது.

பிரெஞ்சு மொழியில் எழுதப்பட்டுள்ள தொகுதி மற்றும் நாட்குறிப்பு பக்கங்கள்

தொகுதி எண் 151
பக்கங்கள் 273, 275

தொகுதி எண் 152
பக்கங்கள் 67-69v, 70-70v, 78v-79, 87v, 88v

தொகுதி எண் 153
பக்கம் 67

ஆனந்தரங்கப் பிள்ளை நாட்குறிப்புகளைப் பற்றிய மதிப்பீடு

பெருங்கவி பாரதி, ஆனந்தரங்கப் பிள்ளை நாட்குறிப்பை கீழ்க்கண்டவாறு பாராட்டியுள்ளது குறிப்பிடத்தக்கது. "துய்ப்ளெக்ஸ் என்பவனிடம் துபாஷ் உத்தியோகம் பார்த்த ஆனந்தரங்கப் பிள்ளை, பிரெஞ்சு - இந்திய சரித்திரத்தின் மகோன்னத பருவத்தில் அதன் மகோன்னத புருஷனுக்கு விளக்குப் போலவும் ஊன்றுகோல் போலவும், சதா நாள் தவறாமல், ஒவ்வொரு காரியத்துக்கும் பக்க உதவியாக நின்றது மட்டுமேயன்றி அந்தக் காலத்தில் நடந்த செய்திகளையெல்லாம்

முக்கியமானது, முக்கியமில்லாதது என்று கூடக் கவனிக்காமல் - ஒன்று தவறாமல் சித்ரகுப்தன் எழுதி வரும் பதிவைப் போல நல்ல பாஷையில் அன்றாடம் விஸ்தாரமாக எழுதி வைத்திருக்கிறார்."[13]

வ.வே.சு. ஐயரும் ஆனந்தரங்கரின் நாட்குறிப்பைப் பற்றி கருத்து வெளியிட்டிருக்கிறார். அவர் (ஆனந்தரங்கப் பிள்ளை) எழுதி வைத்திருக்கும் குறிப்புகளைப் படிக்கும்போது அக்காலத்துத் தமிழ்நாட்டை நாம் சலனப் படக்காட்சியில் பார்ப்பது போன்ற உணர்ச்சி நமக்கு உண்டாகிறது. அத்தினசரியாகிய புகைப்படச்சுருள் அவிழ அவிழ, எத்தனை விதமான உருவங்கள் தோன்றி மறைகின்றன. ஒவ்வோர் உருவமும் உயிரோடிருப்பதுபோலத் தோன்றுகிறது. ஊசியால் குத்தினால் அவ்வுருவங்களினின்று இரத்தம் வருமென்று நமக்குத் தோன்றும், கிசுகிசு மூட்டினால் சிரித்து விடுவார்கள் என்று நினைப்போம். அவ்வளவு உயிருள்ள மனிதன் என்கிற உணர்ச்சி நமக்கு உண்டாகிறது."[14]

நாட்குறிப்பு நகல்களில் உள்ள பாடவேறுபாடுகள்

பாரிசு மற்றும் சென்னை நகரில் உள்ள நகல்களை ஒன்றாக வைத்து ஒப்பிட்டுப் பார்க்கும்போது 6 ஜனவரி 1752ஆம் ஆண்டுக்கான விவரங்கள் முற்றிலும் வெவ்வேறு வசனங்களாக உள்ளன. நகலில் இந்த நாட்களில் மராட்டியர்கள் துறையூர் பகுதிகளை கைப்பற்றிச் சேதப்படுத்தியதாகவும், காஞ்சிபுரத்தில் இருந்து புதுச்சேரி ஆளுநருக்கு கடிதங்கள் வரப்பெற்றன என்றும் பல தகவல்கள் சொல்லப்படுகின்றன. ஆனால் அச்சிடப்பட்ட ஆங்கிலம் மற்றும் தமிழ்ப் பதிப்பில் நாட்குறிப்பின் ஒரு பகுதி மட்டும் அச்சிடப்பட்டு இதர பகுதிகள் விடுபட்டுள்ளன. இதில் ரங்கப் பிள்ளை வழக்கம் போல ஆளுநரைச் சந்தித்ததாகவும், உரையாடியதாகவும் குறிப்பிடப்பட்டிருக்கிறது. இந்த நாட்குறிப்பு பதிவின் மூலம் என்ன முடிவான கருத்தை நாம் எட்ட முடியும் என்றால், பல்வேறு நகல் எடுப்போர் பணியில் அமர்த்தப் பட்டிருக்கும் சமயத்தில், நகல் எடுப்போர் கவனக்குறைவு காரணமாக செய்திகள் விடுபட்டிருக்கலாம், அல்லது அவர்கள் தேர்ந்தெடுத்து சில பகுதிகளை மட்டுமே நகலெடுத்திருக்கலாம் என்று நாம் உணர முடிகிறது.

இந்த நிலையில் இதுவரை எழுதப்பட்ட புத்தகங்களானாலும் சரி, தற்போது தொகுத்து வெளிவந்துள்ள ரங்கப் பிள்ளை நாட்குறிப்பில் குறிப்பிட்டுள்ள விவரங்களானாலும் சரி, இவை அனைத்தும் எல்லாப் பிரதிகளின் அடிப்படையில் சொல்லப்பட்டுள்ள அனைத்து விவரங்களையும் கொண்டு இல்லை என்பது முடிவாகிறது.[15] இதை

சரி செய்ய நாட்குறிப்பு பாட வேறுபாடுகளை அறிந்து பல நகல்களை ஒப்பிட்டு, மறுபதிப்பு செய்வோர் இனி வழி காணவேண்டும்.

இதுவரை ரங்கப் பிள்ளையின் நாட்குறிப்பில், மூன்று நகல்கள் தயாரிக்கப்பட்டது பற்றியும், நாட்குறிப்பில் விடுபட்டது பற்றியும் அறிந்தோம். இனி நாட்குறிப்பில் இடைச்செருகல்கள் ஏற்பட்டதைப் பற்றியும், அதற்கு எவ்வாறு வாய்ப்பு ஏற்பட்டது என்பதைப் பற்றியும் காண்போம். ரங்கப்பிள்ளை எழுதாத தேதிகளுக்கு ரங்கப் பிள்ளையின் நாட்குறிப்பில் இடம் அளித்திருப்பது சரியாகாது. அது முறையும் ஆகாது. ஆங்கிலப் பதிப்பில் ரங்கப் பிள்ளை தான் இறக்கும் கடைசி தருணம் வரை (அதாவது 12 ஜனவரி 1761 காலை எட்டு மணி வரை) நாட்குறிப்பு எழுதியதுபோல் குறிக்கப்பட்டிருக்கிறது. இவ்வாறு ஏன் ஆங்கிலேயர்கள் செய்தனர் என்று புரிந்துகொள்ள இயலவில்லை.

இதுவரை எவரும் தெளிவாக, துல்லியமாக ரங்கப்பிள்ளை கடைசியாக எந்த நாள் வரை நாட்குறிப்பு எழுதினார் என்று குறிப்பிடாமல் உள்ளதால் இந்த பிரச்சனைக்கும் முடிவுகட்டப்பட வேண்டும். பாரிசில் உள்ள நகலைப் பார்க்கும் போது ஆனந்த ரங்கப்பிள்ளை பிரமாதி வருடம் பங்குனி மாதம் 20ஆம் நாள் (29 மார்ச் 1760) சனிக்கிழமை வரை தம் சொந்த கையெழுத்தில் நாட்குறிப்பு எழுதியதாக குறிப்பிடப்பட்டுள்ளதை அறிகிறோம். அதன்பிறகு 24, செப்டம்பர் 1760 வரை எழுத்தர்களைக் கொண்டு நாட்குறிப்பு எழுதியதாகவும் பாரிசு நகலில் தெளிவாகச் சொல்லப்பட்டுள்ளது. இதற்குப் பிற்பட்ட காலத்தில் ரங்கப் பிள்ளை நாட்குறிப்பு கிடைக்கப் பெறாததால் அன்னாரால் நாட்குறிப்பு பராமரிக்கப்படவில்லை என்று கருத வேண்டியுள்ளது.

பாரிசிலுள்ள நகலில் ஆனந்த ரங்கரின் தம்பி மகன் அப்பாவு என்ற திருவேங்கடம் பிள்ளை 7, அக்டோபர் 1760ஆம் ஆண்டு ஸ்ரீ ராமஜெயம், கிருஷ்ண சகாயம் என்ற சொற்களை பயன்படுத்தி தன் நாட்குறிப்பை எழுத ஆரம்பிக்கிறதைக் காண்கிறோம்.[16] ரங்கப்பிள்ளையின் நாட்குறிப்பில் கிருஷ்ண பகவானை அழைக்கும் வசனங்கள் எங்கும் இல்லை என்பதை நாம் கவனத்தில் கொள்ள வேண்டும். மேலும் புதுச்சேரியை ஆங்கிலேயர் கைப்பற்றிய பின்பு அப்பாவு என்ற ரங்கப்ப திருவேங்கடம் பிள்ளை புதுச்சேரியிலிருந்து தரங்கம்பாடிக்குச் சென்று தங்கி, அங்கும் நாட்குறிப்பு எழுதுகிறார். நாட்குறிப்பேடு புத்தகம் முடிந்து அடுத்த நாட்குறிப்பேடு புதிதாக எழுத ஆரம்பிக்கும் நாளான 12, ஐப்பசி சித்திரபானு (24 அக்டோபர்

1762) ஆண்டில் எழுத ஆரம்பிக்கும் போது மேற்சொன்ன வாசகமான ஸ்ரீ ராமஜெயம், கிருஷ்ண சகாயம், கிருஷ்ணா, கிருஷ்ணா என்று குறிப்பிட்டே எழுத ஆரம்பிக்கிறார்.[17] இந்த வாசகங்களின் அடிப்படையில் தான் ரங்கப் பிள்ளை நாட்குறிப்பின் கடைசி நாளும், அப்பாவு திருவேங்கடம் பிள்ளை நாட்குறிப்பின் முதல் நாளும் முடிவு செய்யப்படுகிறது. எனவே ரங்கப் பிள்ளை நாட்குறிப்பின் இறுதி தொகுதியானது 24 செப்டம்பர் 1760 வரைதான் இருக்க வேண்டும். ஆங்கிலப் பதிப்பில் உள்ள 12 ஜனவரி 1761 முடிய உள்ள பகுதிகள் தவிர்க்கப்பட வேண்டும். அப்பாவு என்ற ரங்கப்ப திருவேங்கடம் பிள்ளை நாட்குறிப்பை ஆனந்தரங்கரின் நாட்குறிப்போடு சேர்ப்பதோ, வெளியிடுவதோ முறையாகாது. ரங்கப்ப திருவேங்கடம் பிள்ளையின் வரலாற்று உடையை ஆனந்த ரங்கப் பிள்ளைக்கு அணிவிக்கக் கூடாது.

ஆலாலசுந்தரம் தம் புத்தகத்தில் (பக்கம் 423) விக்கிரம வருஷம் ஐப்பசி மாதம் 19ஆம் நாள் (7 அக்டோபர் 1760) பயணம் புறப்பட்டது என்று சொல்லப்பட்ட விவரத்தின் அடிப்படையில் அப்பாவு என்ற திருவேங்கடம் பிள்ளையும் பயணமானார் என்று முடிவு செய்கிறார். இதில் குறிப்பிட்டுள்ள அப்பாவு என்ற நபர் வேறு ஒருவரே அன்றி, திருவேங்கடம் பிள்ளை அல்லர். காரணம் அப்பாவு என்ற ரங்கப்ப திருவேங்கடம் பிள்ளை புதுச்சேரியை விட்டு 27 பிப்ரவரி 1761ஆம் ஆண்டு தரங்கம்பாடிக்கு பயணமானார் என்று தன் நாட்குறிப்பில் குறிப்பிட்டுள்ளது கவனிக்கப்பட வேண்டும்.[17] எனவே இந்தக் காலத்திற்குரிய நாட்குறிப்பு அப்பாவு என்ற ரங்கப்ப திருவேங்கடம் பிள்ளையால் எழுதப்பட இல்லை என்று சொல்வது முற்றிலும் சரியல்ல. மேலும் ரங்கப் பிள்ளை உடல் நலமில்லாமல் இருந்தபோது இறுதி நாட்களில் அப்பாவு திருவேங்கடம் பிள்ளையே அருகில் இருந்து உதவி செய்துள்ளார்.

ஆனந்தரங்கரின் நாட்குறிப்பு ஓர் வரலாற்று ஆவணம் என்பதில் கண்டிப்பாக இரண்டு கருத்துக்கள் இருக்க முடியாது என்றாலும், ரங்கப் பிள்ளை என்ற ஒரு மனிதனின் உள்ளே, நல்லதுக்கும் கெட்டதற்கும் இடையே ஏற்படுகிற முடிவில்லாத போராட்டத்தை நாம் எழுத்திலே காண்கிறோம். கனகராய முதலியாரைப் பற்றி நாட்குறிப்பில் குறிப்பிடும்போது, இவருக்கு முன்பு எந்த ஒரு துபாசியும், இவ்வளவு நாள் துபாசியாய் இல்லை. எவனும் இவனைப்போல பிரான்சு வரை பெயர் அறியவில்லை. எவன் ஒருவன் இவனை அதிஷ்டசாலி என்று சொல்லமாட்டான் என்று 10, செப்டம்பர் 1736இல் குறிப்பிடுகிறார்.[18] இது இவரது சொந்த கருத்து. மேலும், கந்தப்ப முதலியாரைக் குறித்து

சொல்லும்போது கவர்னர் லெறி வீட்டு சமையல்காரன். இவனைத் துபாசியாக்குவது எப்படி என்று சொல்லுகிறார்.[19] மேலும் டியூப்ளே மனைவியைப் பற்றி குறிப்பிடும்போது கடுமையான விமர்சனங்களை தருகிறார். இத்தகைய தகவல்கள் அடிப்படையில் வரலாறு எழுதும் போது நாம் கவனமான முறையில் செயல்பட வேண்டும். இல்லையெனில் நமக்கு முற்சாய்வு ஏற்பட்டு வரலாறு சரியாக எழுத இயலாது. எனவே ஆனந்தரங்கர் குறிப்பிட்டுள்ள வதந்திகளை நம்பியும், அவரது சொந்தக் கருத்துக்களை நம்பியும் வரலாறு எழுதும்போது நாம் கவனமாக இருக்க வேண்டும். எனவே விருப்பு, வெறுப்பு இவற்றை முற்றிலும் விலக்கி விட்டு வரலாறு எழுத முனைய வேண்டும். இவ்வாறு செய்வதால் நாட்குறிப்பின் முக்கியத்துவம் எந்த வகையிலும் குறைந்து விடாது. மேலும் ரங்கப் பிள்ளையின் குருட்டுத்தனமான நம்பிக்கை, ஆழமான வெறுப்புணர்ச்சி ஆகியவைகளை புறந்தள்ளிவிட்டு நாட்குறிப்புகளை நாம் அளந்து பார்த்து மதிப்பிட வேண்டி பகுத்தறிவு என்ற அளவுகோலைப் பயன்படுத்தி சரியாக எடைபோட வேண்டும்.

நாட்குறிப்பை மேலே சொல்லப்பட்டபடி பயன்படுத்தி வரலாறு எழுதும்போது, சாதகமானதை எடுத்து பாதகமானதை விடுதல் கூடாது. வரலாற்றின் தூய்மை பொருந்திய சுய உருவத்தை பிரதிபலிக்கும்படி எழுத வேண்டும். ஆனந்தரங்கரின் கருத்து மற்றும் விளக்கங்களின் அடிப்படையில் நாட்குறிப்பில் சொல்கின்ற விவரங்களை, எளிய ஆழ்ந்த பொருள்கள் கொண்டுள்ளவற்றை கவனத்துடன் படித்து, வரலாறு எழுதும்போது தடம்புரண்டு விடக்கூடாது. மேலும் நாட்குறிப்பை மேலெழுந்தவாரியாக அணுகி உபயோகிப்பது எதிர்காலத்தில் தவிர்க்கப்பட வேண்டும். ரங்கப்பிள்ளை 6 செப்டம்பர் 1736இல் நாட்குறிப்பு எழுத ஆரம்பிக்கிறார். பின்னர் 20 செப்டம்பர் 1749இல் துபாசியாக பொறுப்பு ஏற்கிறார். மேலும் 1756இல் துபாசி பதவியை இழக்கிறார். இறுதியில் வியாதியால் பீடிக்கப்படுகிறார். இத்தகைய பல்வேறு காலகட்டங்களில் அவரது வயது கூடக் கூட, அவரது தமிழும், அறிவும், அனுபவமும் வளர்ச்சிபெற வாய்ப்புண்டு. எனவே தனது சொந்தக் கைப்பட எழுதியும், பின்னர் எழுத்தர்களை நியமித்து எழுதிய நாட்குறிப்புகளுடன் பிந்தைய ஆண்டு நாட்குறிப்புகளை நாம் ஒப்பிட்டுப் பார்ப்பது நல்லது. அப்போது அவர் அறிவுக்கும், அனுபவத்திற்கும் ஒத்துவராத நிகழ்ச்சிகளை எவ்வாறு வெறுத்து ஒதுக்கியுள்ளார் என்றும் நாம் அறியமுடியும்.

ஆனந்தரங்கப் பிள்ளை நாட்குறிப்பின் பல பகுதிகள் அச்சிட்டு வெளியிடப்பட்டமையால் அக்காலச் சமுதாயம் தொடர்பாக பல

ஆய்வாளர்கள் ஒருமுனைப்பட்ட கோணத்திலேயே ஆய்வு செய்துள்ளனர். சென்னை, புதுச்சேரி மற்றும் அண்ணாமலைப் பல்கலைக்கழக முனைவர் பட்ட ஆய்வேடுகளை நோக்கும்போது ஒரே தலைப்பில் தமிழிலும், ஆங்கிலத்திலும் எழுதி பலர் ஆராய்ச்சி செய்துள்ள உண்மை புலப்படுகிறது.[20] கேரளா மற்றும் மதுரை போன்ற பல்கலைக் கழகங்களில் உள்ள ஆராய்ச்சியாளர்களில் குறிப்பாக சீனிவாசன் அவர்கள் நாட்குறிப்பின் இலக்கணம் பற்றியும்[21] மீனாட்சிசுந்தரம் என்பார் நாட்குறிப்பின் அடிப்படையில் பிரெஞ்சு பண்பாட்டுத் தாக்கம் பற்றியும் ஆராய்ச்சி செய்துள்ளனர்.[22]

இறுதியாக, புதுச்சேரி வரலாற்றுக்கு உதவும் தகவல்களை சிலர் ஆனந்தரங்கரின் நாட்குறிப்புகளிலிருந்து திரட்டி பல கட்டுரைகளை வழங்கியுள்ளார்கள். ந.சுப்பிரமணியம் அவர்கள் ஆனந்தரங்கரின் நாட்குறிப்பு இலக்கியமாக கருதப்படாததற்குக் காரணம் அதன் தமிழ் நடை என்று குறிப்பிடுகிறார்.[23] பலரும் ஆங்கில மொழிபெயர்ப்பு செய்யப்பட்ட தகவல்களையே தொகுத்து ஆய்வில் பயன்படுத்தி யுள்ளமையால் இந்த தமிழ்நாட்குறிப்புகள் செய்தி இதழ்களின் முன்னோடிகள் என்பதை உணர முடியாமல் போயிற்று. இதுவுமன்றி பாஞ்.இராமலிங்கம் போன்றோர் நாட்குறிப்பு இருக்கும் இடம் கூட எங்கே என்று தெரியாமல் தவறான தகவல்களை தம் நூலில் வழங்கியுள்ளனர்.[24] பிரெஞ்சு ஆளுநர் டியூப்ளே அவர்களைப் பற்றி அறிந்து கொள்ள வேண்டிய பிரெஞ்சு அறிஞர்கள் பலர் ரங்கப் பிள்ளை நாட்குறிப்பை இதுவரை பயன்படுத்தியுள்ளனர்.

1746ஆம் ஆண்டு சென்னையை பிரெஞ்சுக்காரர்கள் முற்றுகை யிட்டதும், அப்போது நடந்த போரில் ஆங்கிலேயர்களை வென்றதும், டியூப்ளே தீட்டிய இதர திட்டங்களைப் பற்றிய விவரங்களை அறிந்திட 1904ஆம் ஆண்டு ஆங்கிலேய அரசு அக்கறை காட்டி ஆனந்தரங்கர் நாட்குறிப்புகளை மொழிபெயர்ப்பு செய்ய முனைந்தது. முதல் உலகப்போர் தொடங்கிய நேரத்திலும், போதுமான நிதி ஆதாரங்களை இராணுவச் செலவிற்கு தேவைப்பட்ட நிலையிலும், ஆனந்தரங்கரின் நாட்குறிப்பு குறிப்பிட்ட பகுதிகள் கொண்ட மொழிபெயர்ப்பினை தொடர்ந்து நடத்தி ஆங்கிலத்தில் நூலை சென்னை அரசாங்கத்தார் வெளியிட்டார்கள். ஆனந்தரங்கப் பிள்ளை கைப்பிரதியைப் படித்து புரிந்துகொண்டு அவர்கள் மொழிபெயர்க்க இருபத்து நான்கு ஆண்டுகளுக்கு மேல் செலவிட்டுள்ளனர்.

புதுச்சேரி அரசாங்கத்தார் தமிழ் நாட்குறிப்புப் பதிப்பினை 1948இல் தொடங்கி 1998 முடிய 8 தொகுதிகள் வெளியிட்டார்கள்.[25] 2005இல்

நாட்குறிப்பு தொகுதி *9, 10, 11, 12* வெளியிடப்பட்டது.[26] ஒர்சே மா.கோபாலகிருஷ்ணன் ஆனந்தரங்கப் பிள்ளை வி-நாட்குறிப்பு *1751-52, 1752-53*ஆம் ஆண்டுக்குரியதை *2005*இல் வெளியிட்டார்.[27]

*2021*இல் ம. ராசேந்திரன், அ. வெண்ணிலா ஆகியோர் வெளியிட்ட ஆனந்தரங்கப் பிள்ளை நாட்குறிப்பு பதிப்பை நோக்கும்போது, இதுவரை புதுச்சேரி அரசாங்கத்தார் வெளியிட்டவற்றைக் கொண்டு, அவர்கள் பயன்படுத்தி யுள்ளது நன்கு தெரிகிறது.[28] கைப்பிரதி நகலைப் பார்க்காமல் இவ்வாறு செய்துள்ளனர் என்பதும் புரிகிறது. நூலில் பதிப்புக் குறிப்புகள் இல்லை. மேலும் அகர வரிசை, ஆள், இடம், பொருள் ஆகியவை கொண்ட சொல் அகராதி இல்லை. அச்சிட்ப்பட்ட நாட்குறிப்புப் பகுதிகளைக் கொண்டே நூல் வெளிவந்துள்ளதால், சுவடி வடிவிலுள்ள ஆனந்தரங்கரின் நாட்குறிப்புப் பகுதிகள் விடுபட்டுள்ளது வருந்தத்தக்கது. ஆனந்தரங்கப் பிள்ளை நாட்குறிப்புகள் பதிப்புப் பணி செயல் வடிவில் சிறப்பாக செய்யப்படவில்லை. ரங்கப் பிள்ளை நாட்குறிப்பு முழுமையாக பதிப்பிக்கப்படாமலும், வெளியிடப்படாமலும் நாளதுவரை உள்ளது.

அடிக்குறிப்புகள்

1. Frederick Price, H. Dodwell and V. Rangachari, eds., *The Private Diary of Ananda Ranga Pillai, Dubash to Joseph François Dupleix, Knight of the Order of St. Michael, and Governor of Pondicherry: A Record of Matters Political, Historical, Social, and Personal, from 1736 to 1761*, vol. I, 1904; vol. II, 1907; vol. III, 1914; vol. IV, 1916; vol. V, 1917; vol. VI, 1918; vol. VII, 1919; vol. VIII, 1922; vol. IX, 1924; vol. X, 1925; vol. XI, 1927; vol. XII, 1928, Madras, Delhi, rpt, 1980, vol. VI, p. 266.

2. Ibid., vol. VI, pp. 304-306; p. 309.

3. Ibid., vol. IX, p. 39; vol. IV, p. 27 & 32.

4. Ibid., vol. X, p. 37.

5. Ibid., vol. I, pp. 11-12; p. 60.

6. Bibliotheque Nationale, Paris, (BNP), Mss. Indien, No. 154, fl. 5.

7. Frederick Price, H. Dodwell and V. Rangachari, eds., The Private Diary of Ananda Ranga Pillai, vol. VIII, p. 99.

8. Ibid., vol. III, pp. 21, 23, 26.

9. BNP, Mss. Indien, No. 158. fls.1-3.

10. BNP, Mss. Indien, No. 144, fl.8 & 12.

11. BNP, Mss. Indien, No. 150, fl.187, 187v, 253v; Mss. Indien, vol. 153, fl. 59.

12. BNP, Mss. Indien, No. 152, fl. 171v.

13. வல்லிக்கண்ணன், பாரதிக்குப்பின் தமிழ் உரைநடை, சென்னை, *1998*, பக்கம் *41*.

14. ரா.தேசிகம் பிள்ளை, ஆனந்தரங்கப் பிள்ளை, சென்னை, *1943*, பக்கம் *81*.

15. R. Alalasundaram, *The Colonial World of Ananda Ranga Pillai, Pondicherry*, 1998.
16. BNP, Mss. Indien, No. 158, fl. 11.
17. Tamilnadu State Archives, Chennai, Mss, Public Department, Sundries, vol.186, fl. 150.
18. Frederick Price, H. Dodwell and V. Rangachari, eds., The Private Diary of Ananda Ranga Pillai, vol. 1, p. 45; S. Jeyaseela Stephen, 'Socio-Economic Role of Dubash Pedro Kanagaraya Mudaliar in the French Colony of Pondicherry: A Study in Resilience, 1717-1746', in *Revue Historique de Pondichery*, vol. XVIII, 1995, pp. 15-32.
19. Frederick Price, H. Dodwell and V. Rangachari, eds., The Private Diary of Ananda Ranga Pillai, vol. X, p. 250.
20. R. Natarajan, *Social History of Pondicherry as Evidenced by Ananda Ranga Pillai Diary*, Ph.D. Dissertation, University of Madras, 1987; Subash, *Social Life of Pondicherry as Gleaned from Ananda Ranga Pillai Diary*, Ph.D., Dissertation, Annamalai University, 1988; G. Seduraman, *Ananda Ranga Pillai's Diary*, M.Phil Dissertation, Annamalai University, 1976. வீ. ஜோதி, ஆனந்த ரங்கப் பிள்ளையின் நாட்குறிப்பு ஓர் ஆய்வு, முனைவர் பட்ட ஏடு, அண்ணாமலைப் பல்கலைக்கழகம், அண்ணாமலை நகர்; வாசுகி, ஆனந்தரங்கப் பிள்ளை நாட்குறிப்புகள் காட்டும் சமுதாயம், முனைவர் பட்ட ஏடு, புதுச்சேரி பல்கலைக்கழகம், புதுச்சேரி, 1992;
21. சீனிவாசன், ஆனந்த ரங்கப்பிள்ளை நாட்குறிப்பு - இலக்கண ஆய்வு, முனைவர் பட்ட ஏடு, கேரளா பல்கலைக்கழகம், திருவனந்தபுரம்.
22. மீனாட்சி சுந்தரம், பாண்டிச்சேரி வாழ் மக்களின் வாழ்க்கை முறைகளில் பிரெஞ்சு பண்பாட்டுத் தாக்கம்: ஆனந்த ரங்கப் பிள்ளையின் நாட்குறிப்பு வழி, முனைவர் பட்ட ஏடு, மதுரை காமராசர் பல்கலைக்கழகம், மதுரை, 1980.
23. ந. சுப்பிரமணியன், தமிழ் வரலாற்று இலக்கியச் சிந்தனைகள், உடுமலைப் பேட்டை, 1990, பக்கம் 65.
24. பாஞ்.ராமலிங்கம், பிரெஞ்சியர் ஆட்சியில் புதுச்சேரி, புதுச்சேரி 1997, பக்கம் 69. இவர் ஆனந்தரங்கப் பிள்ளை நாட்குறிப்பு பாரீசிலுள்ள அருங்காட்சியகத்தில் உள்ளதாக குறிப்பிடுவது தவறு. ரங்கப்பிள்ளை நாட்குறிப்புகள் தேசிய நூலகத்தில் உள்ளது.
25. ஆனந்தரங்கப் பிள்ளை சொஸ்த லிகித தினப்படி சேதிக் குறிப்பு, தொகுதி 1 (1736-1746), புதுச்சேரி, 1948; தொகுதி 2 (1746-1746), புதுச்சேரி, 1949; தொகுதி 3 (1746-1747), புதுச்சேரி, 1950; தொகுதி 4 (1747-1748), புதுச்சேரி, 1951; தொகுதி 5 (1748), புதுச்சேரி, 1954; தொகுதி 6 (1748-50), புதுச்சேரி, 1956; தொகுதி 7 (1751-52), புதுச்சேரி, 1963, தொகுதி 8, பகுதி 1 (1751-52), புதுச்சேரி, 1986; தொகுதி 8, பகுதி 2 (1752-53), புதுச்சேரி, 1988.
26. ஆலாலசுந்தரம், ஆனந்தரங்கப் பிள்ளை நாட்குறிப்பு, தொகுதி 9, 10, 11, 12, புதுச்சேரி, 2005.
27. ஒர்சே, மா.கோபாலகிருஷ்ணன், ஆனந்தரங்கப் பிள்ளை வி-நாட்குறிப்பு, 1751-52, சென்னை, 2004; ஒர்சே, மா.கோபாலகிருஷ்ணன், ஆனந்தரங்கப் பிள்ளை வி-நாட்குறிப்பு, 1752-53, சென்னை, 2005.
28. ம. ராசேந்திரன், அ. வெண்ணிலா, ஆனந்தரங்கம் பிள்ளை தினப்படி செய்திக் குறிப்பு, 12 தொகுதிகள், சென்னை, 2019.

3

ரங்கப்ப திருவேங்கடம் பிள்ளையின் தமிழ் நாட்குறிப்பு, 7 அக்டோபர் 1760 முதல் 15 ஏப்ரல் 1781 வரை

ரங்கப்ப திருவேங்கடம் பிள்ளை 15ஆம் நாள் பிப்ரவரி மாதம் 1737ஆம் ஆண்டு (நள 19 மாசி) வியாழக்கிழமை பிறந்தார். இவரின் பிறந்த ஜாதகம் ரங்கப் பிள்ளை அவர்களால் குறிக்கப்பட்டுள்ளது.[1] அன்னாரது தந்தை பெயர் திருவேங்கடம் (இவர் ஆனந்தரங்கப் பிள்ளையின் உடன் பிறந்த தம்பியாவார்). தாயார் பெயர் காளத்தியம்மாள். ரங்கப்ப திருவேங்கடம் பிள்ளையை அப்பாவு என்ற செல்லப்பெயரில் ஆனந்தரங்கப் பிள்ளை அழைக்கிறார். பதினெட்டு வயதில் தன் தகப்பனை (8 செப்டம்பர் 1754இல்) இழந்த பின்னர், தனது பெரியப்பாவாகிய ஆனந்தரங்கப் பிள்ளையின் அரவணைப்பிலேயே வளர்க்கப்பட்டார். தன் தகப்பனார் இறந்த பதினாறாம் நாள் சடங்குகளை 23 செப்டம்பர் 1754இல் நடத்தினதாக ரங்கப் பிள்ளையே தனது நாட்குறிப்பில் குறிப்பிட்டுள்ளார்.[2] ரங்கப்பிள்ளையின் சொந்த மகன்களான அண்ணாசாமி மற்றும் அய்யாசாமி ஆகியவர்களை விட, அப்பாவு என்ற திருவேங்கடம் வயதில் மூத்தவராய் இருந்தபடியினால் நல்ல கல்வி புகட்டவும், தன்னுடனே வியாபார விஷயங்களை தொடர்ந்து நடத்திட அவரை சிறப்பாக வளர்த்ததாக நாம் அறிய முடிகிறது. ரங்கப்ப திருவேங்கடம் பிள்ளையின் சகோதரி பெயர் திரிபுரசுந்தரி. இந்த தங்கை 17 அக்டோபர் 1740-ஆம் ஆண்டு பிறந்துள்ளார். ஆனால் மற்றொரு சகோதரியின் பெயர் கிடைக்கப் பெறவில்லை.

அப்பாவு திருவேங்கடத்தின் நடத்தை மற்றும் குணநலன்களைப் பற்றியும் நாம் அறிய முடிகிறது. 20 ஜனவரி 1755இல் புதுச்சேரி கவர்னர் குத்தேயு அவர்கள் சொல்லுகிறபோது "திருவேங்கடம் திறமையானவன், அவன் நன்னடத்தை கொண்டவன்" என்றும், மற்றொரு இடத்தில் ஆனந்தரங்கப் பிள்ளை அவர்களிடமே சொல்லும்போது, "உன் இளைய

தம்பி மகன் புத்திசாலி, அறிவாளி, திறமையானவன். அவனது நடத்தை எனக்கு மிகவும் பிடித்திருக்கிறது" என்றும் குறிப்பிடுகிறார்.

புதுவை ஆளுநர் டியூப்ளே அவர்களுக்கு 16 நவம்பர் 1749ஆம் ஆண்டு அப்பாவு திருவேங்கடம் பிள்ளையை ஆனந்தரங்கப் பிள்ளை அறிமுகம் செய்யும்போது திருவேங்கடம் பிள்ளைக்கு பிரெஞ்சு படிக்கவும், எழுதவும் தெரியும் என்று சொல்கிறார். நாளடைவில் பிரெஞ்சு மொழி எந்த அளவிற்கு தெரியுமென்றால் ஆவணங்களை பிரெஞ்சிலிருந்து தமிழுக்கு (21 ஏப்ரல் 1960) மொழிபெயர்த்ததிலிருந்து நாம் அறிகிறோம். மேலும் போர்ச்சுக்கீசு, பாரசீகம், தெலுங்கு ஆகிய மொழிகளும் பேசத் தெரிந்ததாகவும் ரங்கப்பிள்ளை நாட்குறிப்பிலிருந்து நாம் அறிகிறோம். அன்னாருக்கு சோதிடக் கலையும் நன்கு தெரியுமென்பது அவர் எழுதிய நாட்குறிப்பிலிருந்து அறிய முடிகிறது.

திருவேங்கடம் பிள்ளையின் திருமண ஏற்பாடுகளை ஆனந்தரங்கப் பிள்ளையே கவனித்துள்ளார். அவரது திருமணப் பந்தல் கால்நடும் விழா 17 ஜூன் 1755இல் நடந்துள்ளது. அச்சமயம் மாப்பிள்ளை ஊர்வலம் புறப்பட்டபோதும், வந்தடைந்தபோதும் பதினைந்து துப்பாக்கிக் குண்டுகள் முழங்கியுள்ளன. விழாவில் கலந்துகொண்ட அனைவருக்கும் பன்னீர் மற்றும் பான்சுப்பாரி வழங்கப்பட்டுள்ளது. கனகவல்லி என்ற பெண்ணை 18 ஜூன் 1756இல் புதன்கிழமை திருமணம் செய்துள்ளார். அன்னாரது திருமணச் செலவு ரூபாய் இரண்டு லட்சமானதாக ஆனந்தரங்கப் பிள்ளை குறிப்பிடுகிறார். மதுரகவியார் என்ற புலவர் ரங்கப்ப திருவேங்கடம் பிள்ளையின் திருமணத்தில் கலந்துகொண்டு சிறப்பித்துள்ளார்.[3]

திருவேங்கடம் பிள்ளையின் மனைவிக்கு 8 செப்டம்பர் 1756இல் சீமந்தம் நடந்துள்ளது. இதன் பின்னர் மங்காத்தாள் என்ற பெண்ணை அவள் பெற்றெடுத்தாள். மதுரகவிராயர் என்ற புலவர் குழந்தையை முதன்முதலாக தொட்டிலிடும் நிகழ்ச்சியில் கலந்துகொண்டு பாடி சிறப்பித்துள்ளார்.[4] இரண்டாவது பெண் குழந்தையை கனகவல்லி அம்மாள் 3 ஜூன் 1758இல் பெற்றெடுத்தாள்.[5] மேலும் முத்துவிஜய திருவேங்கடப் பிள்ளை என்ற மகன் ஒருவன் பின்பு பிறந்ததாகவும் பிரெஞ்சு ஆவணங்கள் மூலம் நாம் அறிகிறோம்.

ஆனந்தரங்கப் பிள்ளை ஒரு வர்த்தகர் ஆனபடியினால் திருவேங்கடத்தை இளமையிலேயே தனது வியாபாரத்தில் ஈடுபடுத்தி பயிற்சி கொடுத்துள்ளார். 11 பிப்ரவரி 1756இல் குதிரை ஏலம் நடக்கும் இடத்தில் இருந்து பணிகளைக் கவனிக்க உத்தரவிட்டுள்ளார்.

பாப்பையா பிள்ளை உடல் நலக்குறைவாக இருந்தபோது 5 மார்ச் 1755இல் குருவப்பச் செட்டியுடன் சென்று பிரெஞ்சுக் கிழக்கிந்திய கம்பெனி விஷயமாக ஏற்றுமதி செய்யக்கூடிய துணிகளை சரிபார்க்கும் பணியை கவனிக்க அனுப்பி வைக்கப்பட்டுள்ளார். மேலும் 2 ஏப்ரல் 1755ஆம் ஆண்டு அன்னார் நிலபுல மேலாண்மைகளை கவனித்து 200 பகோடாக்களை புதுச்சேரி கவர்னருக்கு செலுத்தியதாக நாம் அறிகிறோம். இதுவுமன்றி 23 ஏப்ரல் 1756ஆம் ஆண்டு 500 பகோடாக்களை நிலபுல மேலாண்மைப் பணிகளுக்காக மீண்டும் செலுத்தியதாகத் தெரிகிறது. புதுச்சேரி ஆளுநர்களான லெரி மற்றும் குத்தேயு பல சமயங்களில் திருவேங்கடம் பிள்ளையை அணுகி பிரெஞ்சுக் கம்பெனிக்கு தேவையான பணத்தை கடனாகக் கொடுக்க தொல்லை செய்துள்ளார்கள். ஆனால் பணம் கொடுக்காத நிலையில் இவரை கைது செய்துள்ளதும் தெரியவருகிறது.

ரங்கப்ப திருவேங்கடம் பிள்ளை 28 ஆகஸ்ட் 1769இல் பிரெஞ்சுக் கம்பெனியின் குடுத்தியேராக (தரகர்) பதவியில் நியமிக்கப்பட்டுள்ளார்.[6] பின்னர் 10 பிப்ரவரி 1776இல் இந்தியர்கள் அனைவரின் தலைவராக பிரான்சு நாட்டு மன்னரால் நியமிக்கப்பட்டுள்ளார்.[7] மேலும் 5 அக்டோபர் 1776இல் பிரெஞ்சுக் கிழக்கிந்தியக் கம்பெனியின் வியாபார முகவராக பணியில் அமர்த்தப்பட்டுள்ளார்.[8] பிரெஞ்சு கம்பெனியின் ஆணைகளை பல சாதியார்களுக்கு எடுத்துச் சொல்லவும், தேவைப்படும் போது அவர்கள் எல்லாரையும் ஒன்றாக கூட்டவும், ஒற்றுமையாக அவர்களை வழிநடத்தவும் வேண்டிய பொறுப்பு அளிக்கப்பட்டதாக அந்த ஆணை மூலம் தெரியவருகிறது. 16 டிசம்பர் 1776ஆம் ஆண்டு புதுவையிலுள்ள தங்கசாலையின் இடைத்தரகராக செயல்பட இவர் அனுமதிக்கப்பட்டு, புதுவை நகர தங்கசாலையில் எந்த அளவு வேண்டுமானாலும் நாணயங்களை அச்சிடவும், வெளியிடவும் பிரான்சு நாட்டு மன்னரால் ஆணை பிறப்பிக்கப்பட்டுள்ளது.[9] பிரான்சிலிருந்து மன்னரின் ஆணை புதுச்சேரி வந்தபோது ஆளுநர் பெல்கூம் என்பாரது முன்னிலையில் திருவேங்கடம் பிள்ளை இந்தியர்களின் தலைவராக (Chef des Indien et des Malabars) 3 நவம்பர் 1778இல் பதவியேற்றுள்ளார்.[10] ஆங்கிலேயர்கள் 1778இல் புதுச்சேரியை தளபதி சர். ஹெக்டர் மன்றோ தலைமையில் முற்றுகையிட்டபோது, உணவுப் பொருட்களை தட்டுப்பாடின்றி புதுச்சேரி நகரில் வழங்கும் பணியினை திருவேங்கடம் பிள்ளை செய்துள்ளார். மேலும் தினசரி கூலியாட்களை பணியில் அமர்த்தி, வேலைகளை கவனிக்க ஏற்பாடு செய்ததோடு மட்டுமல்லாமல், தனது சொந்த செலவிலேயே சிப்பாய்களின்

படை ஒன்றையும் அமைத்து தானே சம்பளமும் கொடுத்துள்ளார்.[11] புதுச்சேரி நகரக் கோட்டையை அப்போது பாதுகாக்க இவர் உதவியதாகத் தெரிகிறது. புதுச்சேரியைக் கைப்பற்றிய ஆங்கிலேயர், 17 அக்டோபர் 1785இல் பிரெஞ்சுக்காரர்கள் வசம் நகரை மீண்டும் ஒப்படைத்தனர். அதே ஆண்டு அக்டோபர் 8ஆம் தேதி திருவேங்கடம் பிள்ளையின் பணிகளைப் பாராட்டி பிரெஞ்சுக் கம்பெனி பதவியில் நியமிக்கப்பட்டார்.[12] இந்தியர்களுக்கு இடையே இருந்த சாதிப் பூசல்களையும், குறிப்பாக வலங்கை, இடங்கை சாதிகளுக்கு இடையே ஏற்பட்ட வழக்குகளை பெறவும், கேட்கவும், பிரெஞ்சு கவர்னருடன் கலந்தாலோசிக்கவும், பின்னர் முடிவுக்கு கொண்டுவந்து தீர்த்து வைக்கவும், அவருக்கு அதிகாரம் அளித்து ஆணை வழங்கப்பட்டுள்ளது. புதுவைப் பட்டணத்தில் நீதி செலுத்தும் பொருட்டு முனிசிபல் சங்கம் ஏற்படுத்தப்பட்டபோது திருவேங்கடம் பிள்ளையை 1785இல் தமிழர் தலைவராக (Chef des Malabars) ஆளுநர் நியமித்தார். பின்பு 31 ஆகஸ்டு 1786இல் குடுத்தியேராகவும் தொடர்ந்து நியமிக்கப்பட்டுள்ளார்.[13] தமிழரைச் சேர்ந்த காரியங்களுக்கு முன்நின்று பேசும்படி அப்போது அவர் கோரப்பட்டுள்ளார். புதுவை நகரில் மகாநாட்டார்கள் கூடி மகாநாடு கூடும் வழக்கம் திருவேங்கடம் பிள்ளையின் இல்லத்திலேயே நடைபெற்றதாகவும் தெரிகிறது.

தனது வியாபாரத்தில் குறிப்பாக கோவா, கொழும்பு மற்றும் ஜகார்த்தா ஆகிய இடங்களிலிருந்து வரும் சாராயத்தை புதுவையில் விற்றுக் கணக்குகளை வரவு வைத்தது 1775 முதல் 1777 வரை குறிக்கப்பட்டுள்ளது.[14] அரசுக்கு இதில் வரியும் இவரால் செலுத்தப் பட்டதாகச் சொல்லப்பட்டுள்ளது. சேதராப்பட்டு என்ற கிராமம் 22 டிசம்பர் 1785ஆம் ஆண்டு இவரது பணியைப் பாராட்டி குத்தகைக்கு விடப்பட்டுள்ளது.[15] இந்தக் கிராமத்தின் ஆண்டு வருமானமாக இவர் ஐம்பது நட்சத்திர பகோடாக்களை பிரெஞ்சு அரசாங்கத்திற்கு 1787 முதல் 1791 வரை செலுத்தியுள்ளார்.[16] ஆங்கிலேயரின் புதுச்சேரி முற்றுகையின் போது பிரெஞ்சு ஆளுநர் தனக்குத் தேவையான சிப்பாய்கள், கூலியாட்கள் மற்றும் உணவுப்பொருட்கள் கிடைக்க திருவேங்கடம் பிள்ளையையே முழுமையாக நம்பி இருந்துள்ளார். பிரெஞ்சு கம்பெனியின் விவகாரத்தில் இந்தியர்களின் தலைவராக அவரை நியமித்து அன்னாருக்கு உள்நாட்டு வணிகர்களின் மீதான முழுக்கட்டுப்பாடும் கொடுக்கப்பட்டு சுதந்திரமாக அவர் செயல்பட்டுள்ளார் என்றும் தெரிகிறது. மேலும் 1 ஆகஸ்டு 1788ஆம் ஆண்டு கொஞிஞ்சி ஆளுநரால் தமிழர்களின் தலைவராக தொடர்ந்து பணியாற்ற அவர்

அனுமதிக்கப்பட்டுள்ளார்.[17] இறுதியில் 7 பிப்ரவரி 1791ஆம் ஆண்டு திங்கட்கிழமை இறந்ததாக நாம் அறிகிறோம்.[18]

ரங்கப்ப திருவேங்கடம் பிள்ளையின் நாட்குறிப்பு உள்ள இடங்களும் நகல்களும்

அப்பாவு என்று செல்லமாக அழைக்கப்பட்டாலும் ரங்கப்ப திருவேங்கடம் பிள்ளை என்று பிரெஞ்சு ஆவணங்களில் குறிப்பிடப் படுகிறார்.[19] அவர் ஆனந்தரங்க திருவேங்கடம் பிள்ளை என்று (23 நவம்பர் 1789ஆம் தேதியிட்ட கடிதத்தில்) கையொப்பமிடுகிறார். அவரது கையெழுத்தை உறுதிப்படுத்தும் வகையில் வேறொரு தமிழ் ஆவணத்தில் உள்ள ஒரு தகவலை இங்குக் குறிப்பிடலாம்.[20] "புதுவை மாநகரம் சாவடி நீதி சன்னிதானத்துக்கு, நீதி துரையரவர்கள் சமூகத்துக்கு, ஆனந்த ரங்கப் பிள்ளை அவருக்குத் தம்பி மகனுமாய், சுதந்தரக் காரணமாய், தமிழருக்கு தலைவனுமாய் யிருக்கும், திருவேங்கடம் பிள்ளை மகா வணக்கத்துடன் எழுதிக் கொள்ளும் விண்ணப்பம்" என்று உள்ளது.

பாரிசிலுள்ள தேசிய நூலகத்தில் ரங்கப்ப திருவேங்கடம் பிள்ளை நாட்குறிப்பு Mss. Indien எண் 155 முதல் 157 முடிய கொண்டுள்ளது. இந்த மூன்று பதிவேடுகள் 345 x 225 மில்லி மீட்டர் அளவு கொண்டன. ஆரியேல் அவர்கள் மே, 1849ஆம் ஆண்டு முதல் டிசம்பர் 1850 வரை நகல் எடுத்ததாகவும் சொல்லப்பட்டுள்ளது. ரத்தினம் என்ற எழுத்தரால் நகல் எடுக்கப்பட்டதாகவும், தியாகநாதன் மற்றும் தயிரியநாதன் என்ற எழுத்தர்கள் எழுதிய நகல்களைச் சரி பார்த்ததாகவும் சொல்லப்பட்டுள்ளது.

தொகுதி எண்	தாள்கள்	காலம்
155	431	1 ஏப்ரல் 1761 - 4 அக்டோபர் 1765
156	603	5 அக்டோபர் 1765 - 14 அக்டோபர் 1773
157	192	15 அக்டோபர் 1773 - 15 ஏப்ரல் 1781

சென்னையிலுள்ள தமிழ்நாடு ஆவணக்காப்பகத்தில் மூன்று பதிவேடுகள் உள்ளன. இவை 33.5 X 21.5 சென்டி மீட்டர் அளவு உடையன. கருப்பு மையில் எழுதப்பட்டு திருத்தங்கள் சிவப்பு மையினால் செய்யப்பட்டுள்ளன. இவை 11 ஏப்ரல் 1762 முதல், 25 ஜூன் 1768 வரையுள்ள காலங்களுக்கு உட்பட்டவை. அவைகளின் விவரம் வருமாறு:

தொகுதி எண்	பக்கங்கள்	காலம்
186	1-156	11 ஏப்ரல் 1762 - 3 நவம்பர் 1762
186ஏ	156-254	3 நவம்பர் 1762 - 21 டிசம்பர் 1763
186ஏஏ	1-61	1 ஜனவரி 1764 - 3 ஜூன் 1764
186பி	62-219	26 செப்டம்பர் 1764 - 25 ஜூன் 1768

புதுச்சேரி இந்திய தேசிய ஆவணக்காப்பகத்தில் பதினெட்டாம் நூற்றாண்டு ஆவண எண் 9 என்று குறிக்கப்பட்டு ரங்கப்ப திருவேங்கடம் பிள்ளை எழுதிய நாட்குறிப்பு உள்ளது. இந்த நாட்குறிப்பு பகுதிகள் ஜனவரி 1764 முதல் ஜூன் 1764 வரையுள்ள காலங்களுக்கு உட்பட்டது. இந்த நகல்கள் பழுதடைந்து உள்ளதை சீர் செய்த பின்பு பக்கங்களை மாற்றி மாற்றி வைத்துள்ளனர். இந்த விவரங்கள் கீழ்வருமாறு:

பக்கங்கள்	நாட்குறிப்பு காலம்
1-8	11 ஜூன் - 11 ஜூலை 1764
9-16	10 மே - 10 ஜூன் 1764
17-18	17 ஜூன் - 11 ஜூலை
19	10 மே - 10 ஜூன் 1764
20-22	11 ஜூன் - 11 ஜூலை 1764
23-26	10 மே - 10 ஜூன் 1764
143-154	9 ஏப்ரல் - 9 மே 1764
155-156	9 பிப்ரவரி - 9 மார்ச் 1764
159	9 ஏப்ரல் - 9 மே 1764
172	10 மே - 10 ஜூன் 1764
173	9 பிப்ரவரி - 9 மார்ச் 1784
183	11 ஜனவரி - 8 பிப்ரவரி 1764

நாட்குறிப்புகளில் ஏற்கெனவே தமிழில் எண்கள் இருந்துள்ளதை நாம் காணமுடிகிறது. இந்த ஆவணங்கள் பழுதுபார்க்கப்பட்ட பின்பு புதிய அரபு எண்களை பயன்படுத்தியுள்ளனர். தமிழில் உள்ள எண்களை வரிசைக்கிரமமாக வைக்காமல் பக்கங்களை மாற்றி மாற்றி

வைத்து தைக்கப்பட்டு உள்ளது. இந்தக் குழப்பம் சரிசெய்யாத நிலையிலே இன்றும் உள்ளது.

பிரெஞ்சு ஆய்வு நிறுவனத்திலுள்ள நகல் 23 x 35 சென்டி மீட்டர் அளவு உடையது. இந்த நகலில் மெய் எழுத்துகளுக்குப் புள்ளியில்லை. கூட்டு எழுத்துக்கள் பெரும்பாலும் பயன்படுத்தப்பட்டுள்ளன. நாட்கள் மட்டும் பெரிய எழுத்தாக எழுதப்பட்டுள்ளன.

தற்போது பாரிசிலுள்ள நாட்குறிப்பு 10 ஜனவரி 1761 முதல் 12 ஜனவரி 1762 வரையுள்ள பகுதி 1901ஆம் ஆண்டு புதுச்சேரியில் கண்டுபிடிக்கப்பட்டு புதுச்சேரி நூலகர் நகலெடுத்து மூலியோன் வின்சோன் அவர்களுக்கு அனுப்பினதாகவும், அவர் அதை 8 ஏப்ரல் 1901ஆம் ஆண்டு பெற்றுக்கொண்டதாகவும், பின்பு இந்த நாட்குறிப்புப் பகுதியை 26 ஏப்ரல் 1901ஆம் ஆண்டு தேசிய நூலகத்தில் சேர்த்தார் என்றும் குறிப்பிடப்பட்டுள்ளது. பாரிசிலுள்ள சுவடி எண் 154Bis சுவடி எண்ணில் ஆனந்தரங்கரின் மோசமாகிக் கொண்டிருந்த உடல்நிலை பற்றியும், மரணப்படுக்கையில் அவர் பட்ட துன்பங்கள் பற்றியும், திருவேங்கடம் பிள்ளை கடற்கரைக்குச் சென்றதைப் பற்றியும், வீடு திரும்பிய பின்பு படுக்கையில் இருந்த ஆனந்தரங்கப் பிள்ளைக்குப் புதுச்சேரி நகரில் நடந்த சம்பவங்களைச் சொன்னதைப் பற்றியும் உள்ளது. பாரிசு சுவடி எண் 158இல் குறிப்பிடாத விவரங்கள் (11 ஜனவரி 1761 தேதியது), பாரிசு சுவடி எண் 154இல் உள்ளது. ரங்கப் பிள்ளை 12 ஜனவரி 1761இல் மரணமடைந்த செய்தி பாரிசு சுவடி எண் 158இல் குறிக்கப்பட்டுள்ளது. ஆனால் சுவடி எண் 154இல் மரணத்துக்குப் பின் நடந்த ஈமச் சடங்குகள் மற்றும் இதர விவரங்கள் 16 ஜனவரி 1761 வரை சொல்லப்பட்டுள்ளன. மேற்சொன்ன அனைத்து விவரங்களையும் குறிப்பிட்டு எழுதியுள்ளவர் ரங்கப்ப திருவேங்கடம் பிள்ளையே. ரங்கப்ப திருவேங்கடம் பிள்ளை நாட்குறிப்பு நகல்களில் பாரிசு நகல் முழுமையான நகல் என்பதால் இதனை மூலச்சுவடியாக வைத்து ஒப்பிடும் பணி அவசியம்.

1939ஆம் ஆண்டு ழுவான் துப்ரேலின் அழைப்பின்பேரில் சென்னையிலிருந்து புதுச்சேரி வந்த பேராசிரியர் நீலகண்ட சாஸ்திரி, ரங்கப்ப திருவேங்கடம் பிள்ளையின் நாட்குறிப்புகளைப் பார்வை யிட்டதாகக் குறிப்பிடுகிறார். ஆனந்தரங்கப் பிள்ளை நாட்குறிப்பு ஆங்கிலத்தில் மொழி பெயர்க்கப்பட்டு வெளியிடப்பட்டதைப் போல, திருவேங்கடம் பிள்ளையின் நாட்குறிப்பினையும் வெளியிட வேண்டும் என்ற ஒருமித்த கருத்து இருந்ததாக தன் ஆராய்ச்சிக் கட்டுரையின்

முன்னுரையில் நீலகண்ட சாஸ்திரி தெரிவிக்கிறார். நாளடைவில் இரண்டாம் உலகப்போர் காரணமாக பூவான் துப்ரேல் பிரான்சு நாட்டிற்கு 1944ஆம் ஆண்டு சென்று விட்டதாகக் குறிப்பிட்டு அதனால் எந்தவிதமான நடவடிக்கைகளும், முடிவான முயற்சிகளும் மேற்கொள்ளப் படவில்லை என்றும், அதனால் திருவேங்கடம் பிள்ளை நாட்குறிப்பு நகல் சென்னையிலிருந்து புதுச்சேரிக்கு கலுவா மொபார் வீட்டுக்கு அனுப்பி வைக்கப்பட்டதாகவும் தெரிவிக்கிறார். சுவடியைப் பதிக்க அறிஞர்களால் சில சமயங்களில் முயற்சிகள் மேற்கொள்ளப்பட்ட போதிலும், நிலவிய சூழ்நிலைகளின் காரணமாக காலம் தாழ்த்தப்பட்டு கிடப்பிலேயே இருக்க வேண்டிய நிலை ஏற்பட்டுள்ளது.

ரங்கப்ப திருவேங்கடம் பிள்ளை ஆனந்தரங்கப் பிள்ளையின் வாரிசுதாரர் என்ற முறையிலும், தஞ்சை மராட்டிய அரசருடனும், தரங்கம்பாடியில் இருந்த டேனிஷ்காரர்களுடனும், பிரெஞ்சுக்காரர்கள் கொண்டிருந்த தொடர்பினாலும் பலவித தகவல்கள் கிடைத்ததைக் கொண்டு தன் நாட்குறிப்பை எழுதியுள்ளார். எனவே அவர் தரும் செய்திகளை ஆராய்தல் வரலாற்றுக்கு உரம் ஊட்டும் என்ற தூண்டுதலின்பேரிலும் இந்த நாட்குறிப்பு இன்றியமையாததாகிறது.

ரங்கப்ப திருவேங்கடம் பிள்ளை நாட்குறிப்பு விமர்சனங்கள்

அச்சிட்டு வெளியிடப்பட்டுள்ள ஆனந்தரங்கப் பிள்ளை நாட்குறிப்புடன், காகித கையெழுத்துச் சுவடி வடிவிலுள்ள திருவேங்கடம் பிள்ளை நாட்குறிப்பை ஒப்பிட்டுச் சில ஆய்வாளர்கள் தங்கள் கருத்துகளை வெளியிட்டுள்ளனர். பத்தொன்பதாம் நூற்றாண்டின் இறுதியில் வாழ்ந்த ழூலியேன் வின்சோன் என்னும் அறிஞர் தேசிய நூலகத்தில் எதுவார் ஆரியேல் அனுப்பி வைத்த நாட்குறிப்பு நகல்களை பார்வையிட்டு தன் கருத்தை கீழ்க்கண்டவாறு வெளியிட்டார்.[21] "ஆனந்தரங்கப் பிள்ளை நாட்குறிப்பைப் படிக்கும் போது ஏற்படும் அக்கறை திருவேங்கடம் பிள்ளை நாட்குறிப்பைப் படிக்கும்போது ஏற்படவில்லை." ரங்கப்ப திருவேங்கடம் பிள்ளை நாட்குறிப்பில் சில பக்கங்களை மட்டுமே பார்த்து நிறுத்திக் கொண்டுள்ளது இவரது அறிக்கையின் மூலம் தெரியவருகிறது.

புதுவையில் வாழ்ந்த புகழ்பெற்ற வழக்கறிஞர் ஞானு தியாகு தனது 8 மே 1940ஆம் ஆண்டு கடிதத்தில் பேராசிரியர் சீனிவாசாச்சாரி அவர்களுக்கு திருவேங்கடம் பிள்ளை நாட்குறிப்பு ஒன்று எழுதியது பற்றி சொல்லும்போது இந்த நாட்குறிப்பு நகல் ஒன்று திரு. கலுவா மொபார் அவர்கள் வசம் இருப்பதாகவும், அது பதிப்பும்,

மொழிபெயர்ப்பும் செய்ய வேண்டியது அவசியம் என்று தம் கருத்தை கீழ்க்கண்டவாறு வெளியிடுகிறார்.[22]

"ஓராண்டு காலம் சுவடியைப் படித்தேன். நாட்குறிப்பேடு மிகவும் மோசமான நிலையில் உள்ளது. ஒவ்வொரு சொல்லையும் மூன்று முறை படித்தால்தான் புரிந்துகொள்ள முடியும். ஆனால் சுவடியில் அதிக சாரம் இல்லை. தமது பெரியப்பாவைப் போல், முக்கியமான பணிகளை திருவேங்கடம் பிள்ளை செய்யவில்லை. தமது பெரியப்பாவிற்கு வரவேண்டிய பாக்கிகளை வசூல் செய்வதிலேயே காலத்தைக் கழித்துள்ளார். இது தொடர்பாக பல ஐரோப்பியர்களை அவர் சந்தித்துள்ளார். ஆனால் இவர்கள் முக்கியமான செய்திகளை இவருக்குக் கொடுக்கவில்லை." ஞானு தியாகு ஓராண்டு காலத்தில் எந்த அளவு ரங்கப்ப திருவேங்கடம் பிள்ளை நாட்குறிப்பு சுவடியைப் படித்தார், படித்திருக்க முடியும் என்று அறிய முடியவில்லை. குடும்பச் செய்திகள், கொடுக்கல் வாங்கல், பாக்கி வசூல் போன்ற செய்திகளுக்கிடையே ஆழமான வரலாறு, பொருளாதாரம், கலை, கலாச்சாரம், சமூகம், மதம், பழக்கவழக்கங்கள் பற்றிய செய்திகளை நாட்குறிப்பின் உள்ளே சற்று நுழைந்திருப்பது படித்திருந்தால், ஞானு தியாகு கண்டுகொண்டிருப்பார். மேற்சொன்ன இரண்டு நபர்களின் மதிப்பீடு கருத்துக்கள் சரியல்ல என்று புலனாகிறது. இந்த ரங்கப்ப திருவேங்கடம் பிள்ளை நாட்குறிப்பு 7 அக்டோபர் 1760 முதல் 29 டிசம்பர் 1769 வரை 3 தொகுதிகள் என்னால் வெளியிடப்பட்டுள்ளது.[23]

அடிக்குறிப்புகள்

1. Bibliotheque Nationale, Paris, Mss. Indien, No. 151, fl. 4.
2. Frederick Price, H. Dodwell and V. Rangachari, eds., *The Private Diary of Ananda Ranga Pillai, Dubash to Joseph François Dupleix, Knight of the Order of St. Michael, and Governor of Pondicherry: A Record of Matters Political, Historical, Social, and Personal, from 1736 to 1761*, vol. I, 1904; vol. II, 1907; vol. III, 1914; vol. IV, 1916; vol. V, 1917; vol. VI, 1918; vol. VII, 1919; vol. VIII, 1922; vol. IX, 1924; vol. X, 1925; vol. XI, 1927; vol. XII, 1928, Madras, Delhi, rpt, 1980, vol. IX, pp. 4 - 7 & 34.
3. ந. சுப்பிரமணியன், ஆனந்தரங்கன் கோவை, சென்னை, 1955, பக்கம் XXI. ந. சுப்பிரமணியன் ஆனந்த ரங்கப்பிள்ளையின் இரண்டாவது குமரன் திருவேங்கடம் பிள்ளை என குறிப்பிட்டுள்ளது சரியல்ல.
4. ந. சுப்பிரமணியன், முன் சுட்டியது, பக்கம் ஙீஙீமிமி.
5. Frederick Price, H. Dodwell and V. Rangachari, The Private Diary of Ananda Ranga Pillai, vol. IX, p. 189.
6. Edmond Gaudart, *Catalogue des Manuscrits des Anciens Archives de l' Inde Francaise, 1690-1789*, 8 vols, Pondichery, 1926-42, vol. VII, Document no. 5388, p. 6.

7. முன் சுட்டியது. கூடுதல் விவரங்களுக்கு, S. Jeyaseela Stephen, 'Urbanism and the Chequered Existence of the Indo-French Town of Pondicherry, 1674-1793', *Revue Historique de Pondichery*, vol. XIX, 1996, pp. 29-64.

8. Edmond Gaudart, Catalogue des Manuscrits, vol. VII, p. 7.

9. முன் சுட்டியது. கூடுதல் விவரங்களுக்கு, S. Jeyaseela Stephen, 'Un Inedit de L' histoire de Pondicherry: Le Journal de Thiruvengadam pillai', *Le Trait d' Union*, July, 1995, p. 5.

10. Edmond Gaudart, Catalogue des Manuscrits, vol. VII, Document no. 5388, p. 5.

11. A Krishnasami Pillai, 'The Family of Ananda Ranga Pillai: Some Geneological Data', *Revue Historique de Pondichery*, vol. X, 1992, pp. 21-30, Document no. 6, p. 26.

12. Ibid., Document no. 7, pp. 26-27.

13. Edmond Gaudart, Catalogue des Manuscrits, vol. I, Document no. 874, p. 333; Gnanou Diagou, *Arrets du Conseil Superieur de Pondicherry*, 8 vols, Pondichery, 1935-1941, vol. IV, Document no. 55, p. 57; Document no. 232, p. 166.

14. Gnanou Diagou, Arrets du Conseil Superieur, vol. III, Document no. 111, p. 63.

15. Edmond Gaudart, Catalogue des Manuscrits, vol. I, Document no. 874, p. 333.

16. Ibid., vol. II, Document no. 1815, p. 299.

17. Ibid., vol. VII, Document no. 5388, p. 5.

18. ஒர்சே, மா.கோபாலகிருஷ்ணன், இரண்டாம் வீரா நாயக்கர் நாட்குறிப்பு, 1778-1792, சென்னை, 1992, பக்கம் 231-232.

19. Gnanou Diagou, Arrets du Conseil Superieur, vol. II, p. 121.

20. National Archives of India, Puducherry, Mss. Eighteenth Century Documents, Document no. 27, fl. 1.

21. Julien Venson, *Les Francais dans L' Inde Dupleix et Labourdonnais*, Paris, 1894.

22. C.S. Srinivasachari, *Ananda Ranga Pillai: The Pepys' of French India*, Madras, 1940, p. xxii.

23. எஸ். ஜெயசீல ஸ்டீபன், ரங்கப்ப திருவேங்கடம்பிள்ளை நாட்குறிப்பு, 1760-1762, தொகுதி-1, புதுவை மொழியியல் பண்பாட்டு ஆராய்ச்சி நிறுவனம், புதுச்சேரி, 2000; ரங்கப்ப திருவேங்கடம்பிள்ளை நாட்குறிப்பு, 1762-1766, தொகுதி-2, புதுவை மொழியியல் பண்பாட்டு ஆராய்ச்சி நிறுவனம், புதுச்சேரி, 2000; ரங்கப்ப திருவேங்கடம்பிள்ளை நாட்குறிப்பு, 13.6.1767 - 29.12.1769, தொகுதி-3, சேகர் பதிப்பகம், சென்னை, 2007; S. Jeyaseela Stephen, *The Diary of Rangappa Thiruvengadam Pillai, 1761-1768, Translated from Original Tamil*, Institute for Indo-European Studies, Pondicherry, 2001.

4

வீரா நாயக்கரின் தமிழ் நாட்குறிப்பு, 10 மே 1779 முதல் 17 ஜூலை 1792 வரை

வீரா நாயக்கர் 1755ஆம் ஆண்டளவில் புதுச்சேரியில் பிறந்திருக்கலாம் என்று கோபாலகிருஷ்ணன் நாட்குறிப்பு பதிப்பாளர் கருதுகிறார்.[1] இவரது தகப்பனார் பெயர் ராசகோபால் நாயக்கர். புதுச்சேரியில் பிரெஞ்சுக் கம்பெனியின் சத்திர நீதிமன்ற காவல் துறையில் இரண்டாவது நயினார் என்ற பொறுப்பான பதவியை வீரா நாயக்கர் வகித்து வந்துள்ளார். இவரது நாட்குறிப்பு மே மாதம் 10ஆம் நாள், 1779ஆம் ஆண்டு முதல் 17 ஜூலை 1792ஆம் ஆண்டு வரை உள்ளது.

பாரிசிலுள்ள தேசிய நூலகத்தில் Mss. Indien எண். 143, வீரானாயக்கர் தின சரிதை என பெயர் கொண்டு வீரநாயக்கர் நாட்குறிப்பு இருக்கிறது. மேலும் கலுவா மொபார் நகலின் 427 பக்கங்கள் கொண்டதன் அடிப்படையில் (Reproduction e copie de M. Artu. G. Montburn compose de 427 pages) எதுவார் ஆரியேல் அவர்களால் இந்த நாட்குறிப்பு நகல் தயாரிக்கப்பட்டது.[2]

வீரா நாயக்கர் எழுதிய நாட்குறிப்பு மூலம் ஹைதர் அலி மற்றும் திப்புசுல்தான் ஆகியோர்களுடைய உறவுகள் மற்றும் ஐரோப்பியர்களின் பகைகள் பற்றி நாம் அறியமுடிகிறது.

பதிப்பாளர் கோபாலகிருஷ்ணன் வீராநாயக்கரின் நாட்குறிப்பைப் பதிப்புசெய்து வெளியிட்டபோது சில குறைபாடுகள் ஏற்பட்டுள்ளது. எனவே இனி அவற்றைக் காண்போம்.

அ. அசல் நாட்குறிப்பில் பிரெஞ்சு மொழியில் எழுதப்பட்டுள்ள பக்கங்களில் ஒரு பக்கம் குறிப்பாக 374இல் அச்சுப்பதிப்பில் முற்றிலுமாக விடுபட்டுள்ளது.

ஆ. பிரெஞ்சு பெயர்ச் சொற்கள் நாட்குறிப்பில் இடையிடையே பிரெஞ்சில் எழுதப்பட்டுள்ளபோது குறிப்பாக மூலப் பிரதி பக்கம் 326இல் உள்ளதை பதிப்பாசிரியர் விட்டு விடுகிறார்.

இ. பெலுக்கோம் என்ற பிரெஞ்சு பெயர்ச்சொல்லை அடுத்து அசல் நகலில் பிரெஞ்சில் பெயர் எழுதப்படவில்லை. ஆனால் இல்லாத இடங்களில் பதிப்பாசிரியர் இவ்வாறு இடைச்செருகல்களை ஏற்படுத்தியுள்ளார்.[3]

ஈ. தமிழில் எண்கள் நாட்குறிப்பில் குறிப்பிடப்பட்டுள்ளவைகளை சிறப்பாக **ளருசாயஅ, ளருயங, சளஉயஅ** போன்றவைகளை முறையே 568, 153, 428 என்று அரபு எண்களில் குறிப்பிட்டு பதிப்பித்துள்ளார். இதுவுமன்றி மூலப் பிரதிகளில் அட்டவணையில் உள்ள பக்கம் 331இல் குறிப்பிட்டுள்ள தமிழ் எண்களையும் அரபு எண்களாக தன் விருப்பப்படி மாற்றி தம் புத்தகத்தில் 15ஆம் பக்கத்தில் குறிப்பிடுகிறார்.

உ. மேலும் வருடங்கள் **சதளளஎயம்** ஆண்டு **சதளளஎயகூ** ஆண்டு ஆகியவைகள் மூலப் பிரதியில் பக்கம் 392இல் உள்ளவற்றை 1778, 1779 என்று தம் புத்தகத்தில் 50ஆம் பக்கத்தில் குறிப்பிடுகிறார்.

ஊ. நாட்குறிப்பின் மூலப்பிரதியில் இல்லாத பல புதியதான பத்திகளை உருவாக்குகிறார். "முதலாம் அத்தியாயம்: புதுச்சேரி முற்றுகை" என்ற தலைப்பு மூலப்பிரதியில் இல்லை.

எ. மேலும் பாரீசு நகலில் பக்கம் 398இல் என்னுடை வுத்தாரப்படி என்று ஆரம்பிக்கும் பத்தியானது என்னுடைய உத்தாரப்படி என்று புதுப்பிக்கப்பட்டு மொழிநடை மாற்றம் செய்யப் பட்டுள்ளது. மேற்சொன்ன தவறுகள் பிழைதிருத்தத்திலும் குறிப்பிடப்படவில்லை.

ஏ. ஏராளமான பிழைதிருத்தங்கள் புத்தகத்தின் (முதல் பதிப்பில், 1992) பக்கங்கள் 299 முதல் 310 வரை வழங்கப்பட்டுள்ளன. இது மிகவும் வருந்தத்தக்கது.

வீரா நாயக்கர் நாட்குறிப்பின் சிறப்புத் தன்மைகளையும் அதில் அவர் குறிப்பிட்டுள்ள முக்கியமான செய்திகளையும் காண்போம். தன் நாட்குறிப்பில் அவர் சில நேரங்களில் முன் சொல்லிய விவரங்கள் அடங்கிய பக்கங்களை சுட்டிக்காட்டி (குறிப்பாக அசல் நகரில் உள்ள பக்கம் 62, 67) அந்த செய்திகளை மீண்டும் குறிப்பிடாமல் எழுதும் பழக்கத்தைக் கொண்டுள்ளார் என்று நாம் அறிகிறோம்.

வலங்கை, இடங்கை பூசல்கள் வீரா நாயக்கர் நாட்குறிப்பில் முறையே 14 மே 1785, 28, 29 ஜூலை 1785, 14 ஜனவரி 1788, 3, 4, 14

பிப்ரவரி மற்றும் 15 பிப்ரவரி 1789ஆம் ஆண்டுக்கானவை, மிக முக்கியமானவைகளாகக் கருதப்பட வேண்டியவை. இவற்றின் மூலமாக அன்றைய சமுதாயச் சூழ்நிலையை நாம் அறிய முடிகிறது.

வெர்சாய் உடன்படிக்கையின் தமிழ் மொழிபெயர்ப்பு (புதுச்சேரி முற்றுகை என்று) வழங்கப்பட்டுள்ளது. உண்மையிலேயே வீரா நாயக்கர் நாட்குறிப்பு வைகாசி முதல் தேதி விகாரி வருஷம் (10 மே, 1779ஆம் ஆண்டு) அன்றுதான் தொடங்குகிறது. எனவே மூலப் பிரதியிலுள்ள பக்கங்கள் ஒன்று முதல் முப்பது முடிய உள்ள இதர விவரங்களை நாட்குறிப்புப் பகுதிகளாக கருத இயலாது.

நாட்குறிப்பில் புதுச்சேரி கோட்டையின் நீளம், அகலம், உயரம் மற்றும் கொத்தளங்கள், சுத்துக்கோட்டை ஆகியவற்றின் விவரங்கள், கப்பல் வருகை, புறப்பாடு, ஏற்றுமதி, இறக்குமதி பொருள்கள், பிரெஞ்சுக்காரர் கைவசமுள்ள துப்பாக்கிகள், பீரங்கிகள், குண்டுகள் உள்ள விவரங்கள், திப்புசுல்தானுக்கு துப்பாக்கி விற்ற தகவல்கள், புதுச்சேரியில் தமுக்கு போட்ட விவரங்கள், ஏனாம் துறைமுகத்துக்கு கடலினால் ஏற்பட்ட அழிவு மற்றும் புதுச்சேரி நெசவாளர்கள் பிரான்சு நாட்டிற்குச் சென்று திரும்பியது ஆகியன உள்ளன. புதுச்சேரியில் நடைபெற்ற வழக்குகள், குற்றங்கள், தீர்ப்பு, தண்டனை மற்றும் தூக்கிலிடப்பட்ட விவரங்கள் மற்றும் தகவல்களை வீரா நாயக்கர் சத்திர நீதிமன்ற நயினார் பதவியில் இருந்தபோது சேர்த்து நாட்குறிப்பு எழுதினார். இது போன்ற பல செய்திகள் நாட்குறிப்பில் இடம் பெறுவதால் வீரா நாயக்கர் நாட்குறிப்பு மிகுந்த முக்கியத்துவம் பெறுகிறது.

அடிக்குறிப்புகள்

1. ஒர்சே, மா. கோபாலகிருஷ்ணன், இரண்டாம் வீரா நாயக்கர் நாட்குறிப்பு, *1778-1792*, சென்னை *1992*, பக்கம் *231-232*.
2. Bibliotheque Nationale, Paris, Mss. Indien, No. 143, fl. 321.
3. Ibid., fl. 322, line 4.

5

முத்து விஜயத் திருவேங்கடம் பிள்ளையின் தமிழ் நாட்குறிப்பு, 11 ஆகஸ்ட 1794 முதல் 15 ஜனவரி 1796 வரை

ரங்கப்ப திருவேங்கடம் பிள்ளையின் மகனான முத்து விஜயத் திருவேங்கடம் பிள்ளை 1777ஆம் ஆண்டு பிறந்துள்ளார். இவரை வெங்கடாசலம் என்று செல்லமாக அழைப்பதை 1785ஆம் ஆண்டு ஆவணங்களில் காண்கிறோம்.[1] இதுவுமன்றி 1798ஆம் ஆண்டு ஆவணங்களில், இவர் ரங்கப்பிள்ளையின் பேரன் என்றும், அன்னாரின் வாரிசு என்றும் குறிப்பிடப்பட்டுள்ளது.[2] மேலும் பாரிசு நகலிலும், பிரெஞ்சு ஆவணங்களிலும் இவரது பெயர் வசராதராய முத்து விஜயத் திருவேங்கடம் பிள்ளை என்றே குறிப்பிடப்பட்டுள்ளது.[3] இவர் பெருமாள் பிள்ளை பேரன், அண்ணாபிள்ளையின் மகளை (பெயர் குறிப்பிடப்படவில்லை) புதுச்சேரியில் 8 ஜுலை 1791ஆம் ஆண்டு திருமணம் செய்துள்ளார். இவருக்கு ஒரு மகன் 1792ஆம் ஆண்டு பிறந்துள்ளான்.

ரங்கப்ப திருவேங்கடம் பிள்ளை 7 பிப்ரவரி 1791ஆம் ஆண்டு இறந்த பின்னர், புதுச்சேரி ஆளுநர் செவாலியேர் தெம்பிரேன் அவர்கள், 13 பிப்ரவரி 1791இல் தமிழர்களின் தலைவராகத் தகப்பனாருக்கு பதிலாக, முத்து விஜயத் திருவேங்கடம் பிள்ளையை நியமித்துள்ளார்.[4] இதற்கு புதுச்சேரி கிறிஸ்தவர்கள் முதலில் கடும் எதிர்ப்பு தெரிவித்தபோதிலும், பின்னர் அவர்கள் ஆளுநரின் ஆணைக்கு பணிந்து நடக்க வேண்டிய நிலை ஏற்பட்டது. மேலும் தமிழர்களின் தலைவராக முத்து விஜயத் திருவேங்கடம் பிள்ளையை, நிரந்தரமாக தன் தகப்பனாரின் பணியில், 1 மார்ச் 1791ஆம் ஆண்டு பிரஸ்னே அவர்களால் நியமிக்கப்பட்டார். 25 ஜனவரி 1793இல் பிரஸ்னே அவர்கள் இவரது பணியினைச் சிறப்பாக பாராட்டியுள்ளார்.[5] ஆங்கிலேயர்கள் புதுச்சேரியை 7 ஜுன் 1793ஆம் ஆண்டு முற்றுகையிட்டபோது, முத்து விஜயத் திருவேங்கடம் பிள்ளை பிரெஞ்சு ஆளுநரின் பாதுகாப்புக்கு உதவியுள்ளார். ஆங்கிலேயர்களின் புதுச்சேரி முற்றுகை 7 ஜுன் 1793 முதல் 22 ஆகஸ்டு 1793 வரை நடைபெற்று முடிந்த பின்னர், தொடர்ந்து புதுச்சேரியில் தம்

குடும்பத்துடன் வாழ்ந்து இருக்கிறார். இவரைப் பிரெஞ்சுக் கம்பெனியின் குடுத்தியேராக (தரகர்) பதவியில் 27 பிப்ரவரி 1796இல் அமர்த்தப்பட்டதாக நாம் அறிகிறோம்.[6] இறுதியாக இவர் 1801ஆம் ஆண்டு இறந்தார்.[7]

முத்து விஜயத் திருவேங்கடம் பிள்ளை நாட்குறிப்பு சுவடி உள்ள இடங்களும் நகல்களும்

பாரிசிலுள்ள தேசிய நூலகத்தில், முத்து விஜயத் திருவேங்கடம் பிள்ளை நாட்குறிப்பு Mss. Indien எண் 157 எனக் குறிக்கப்பட்டுள்ளது. இந்த நாட்குறிப்பு நகல், அண்ணாசாமி மற்றும் தியாகநாதன் என்ற எழுத்தர்களால், 1849ஆம் ஆண்டு தயாரிக்கப்பட்டு தயிரியநாதன் என்பாரால், எழுதிய நகல்கள் அனைத்தும் 1850ஆம் ஆண்டு சரிபார்க்கப்பட்டுள்ளன. இதேசமயத்தில் ரத்தினம் என்பவராலும் (14 நவம்பர் 1798 ஆம் ஆண்டிற்குரிய நாட்குறிப்பு பதிவுகளிலிருந்து தொடங்கி இறுதி வரை) 1849ஆம் ஆண்டிலேயே நகல் எழுதப்பட்டது. இந்த நாட்குறிப்புப் பகுதிகளை தியாகநாதன், சொர்ணம்பலம் மற்றும் சின்னதுரை ஆகியோர் 1850ஆம் ஆண்டு சரிபார்த்ததாகவும் சொல்லப்பட்டுள்ளது. முத்து விஜயத் திருவேங்கடம் பிள்ளை எழுதிய நாட்குறிப்பு, 11 ஆகஸ்ட் 1794 ஆம் ஆண்டு முதல் 15 ஜனவரி 1796 ஆம் ஆண்டு முடிய உள்ள காலங்களுக்குக் கிடைக்கிறது. மொத்தம் 218 பக்கங்களைக் கொண்டுள்ளது.

புதுச்சேரியிலுள்ள இந்திய தேசிய ஆவணக்காப்பகத்திலும், முத்து விஜயத் திருவேங்கடம் பிள்ளை எழுதிய நாட்குறிப்பு நகல்கள் பதினெட்டாம் நூற்றாண்டு ஆவணங்கள் எண் 438 மற்றும் 439 என்று குறிக்கப்பட்டுள்ளன. ஆனந்தரங்கப் பிள்ளையின் வீட்டிலிருந்த புத்தகத்தைப் பார்த்து, ஜெகந்நாதன் எழுதும் புஸ்தகம் எண் 5 என்று குறிப்பிடப்பட்டுள்ளது. இந்த நாட்குறிப்பு 18 ஜூன் 1851ஆம் ஆண்டு நகல் எடுக்கப்பட்டதாகவும் குறிக்கப்பட்டுள்ளது. நாட்குறிப்பின் விவரங்கள் கீழ்வருமாறு:

தொகுதி எண்	பக்கங்கள்	வருடம்
438	296	1794-95
439	235	1795-96

முத்து விஜயத் திருவேங்கடம் பிள்ளை நாட்குறிப்பின் முக்கியச் செய்திகள்

முத்து விஜயத் திருவேங்கடம் பிள்ளை நாட்குறிப்புகள் இரண்டு ஆண்டுகளுக்கு 1794 முதல் 1796 வரை கிடைக்கப் பெற்றுள்ளன.

நீதிமன்றத்தில் வழங்கப்பட்ட முக்கியமான தீர்ப்புகளை விமரிசையாக எழுதி வைத்திருக்கிறார். நீதிமன்றத்தில் கர்னால் நிக்சன் வலங்கை, இடங்கையாரின் தீர்ப்பு நகலைப் பெற்று பின்னால் எழுதப்படும் என்றும் குறிப்பிடுகிறார். தன் தந்தையைப் போலவே இவரும் சொந்த வியாபாரமாக சாராயக் கிடங்குகள் வைத்திருந்தது தெரிகிறது. தன் தந்தையாருக்கு அளிக்கப்பட்ட சேதராப்பட்டு கிராமத்தை இவரும் பரம்பரையாகப் பெற்று வருடாந்திர வருமானமாகச் செலுத்த வேண்டிய ஐம்பது பகோடாக்களை, ஐந்து ஆண்டுகளுக்கு மொத்தமாக இருநூறு பகோடாக்களை ஆளுநருக்கு செலுத்தியுள்ளார்.

இவரது நாட்குறிப்பின் மூலம் புதுச்சேரி நகரின் சந்தையை நிருவகிக்கவும், நீதி வழங்கவும், கொத்தவால் என்ற அலுவலர் நியமிக்கப் பட்டதை அறிகிறோம். மேலும் புதுவையிலிருந்து தேவதாசிகள் சென்னைக்குக் கொண்டு செல்லப்பட்டபோது செட்டியார்களும், வியாபாரிகளும் தடுக்க முயன்றதைக் குறிப்பிடுகிறார். புதுவை நகரில் புது வீடு கட்டுவோர் அரசின் முன் அனுமதி பெற வேண்டும் என்பதும் குறிப்பிடப்பட்டுள்ளது. புதுவையைச் சுற்றியுள்ள கிராமங்களில் புதுக்கால்வாய்கள் வெட்டி விவசாயத்திற்கு உதவும் வகையிலும், நீர்ப்பாசன வரி வசூலித்ததைத் தெரிவிக்கிறார். ஆடி மாதம் வேதபுரீஸ்வரர் கோவிலில் நடந்த வலங்கை, இடங்கை சண்டைகள், முத்து சுவாமி பெண்சாதி தஞ்சம்மாள் மரணம், புதுச்சேரியைச் சார்ந்த குண்டு கிராமங்கள் கடலூர் ஆங்கிலேய கலெக்டர் வசமாகுதல், ஒரு கிறிஸ்தவர் வீட்டில் உள்ள பிணத்தை பிராமண வீதியில் எடுத்துச் சென்றதால் போலீசு தலைவருக்குத் தகவல் தெரிவித்தல், ஊரில் கோலாட்டம் நடந்தது, நெருப்பு திருவிழா நடந்தது, மக்கள் வேடிக்கை பார்த்தது, கடனைத் திருப்பி கொடுக்க முடியாதபோது வீடுகளை ஏலம் போடுதல் போன்ற செய்திகளைக் குறிப்பிடுகிறார்.

போலீசுத் தலைவர் தமுக்கு போட்டதைப் பிரெஞ்சு பாஷையில் எழுதியுள்ளது தெரியவரும் என்று 11 ஏப்ரல் 1795இல் குறிப்பிடுகிறார். பிரெஞ்சுக்காரன் ஒருவன் தான் வாங்கிய கடனைக் கொடுக்கத் தவறியதால் செட்டியார்கள் தொல்லை கொடுத்தபோது கட்டில் மேல் படுத்துக் கொண்டு, இரட்டைக் குழல் துப்பாக்கி கொண்டு தன்னையே சுட்டுக் கொண்டு இறந்து போதல், தஞ்சை அமர்சிங்கு மன்னர் காசியாத்திரை போவது கேள்விப்படல், கிறிஸ்தவர்கள் வாசாப்பு நடத்தியபோது ராஜகுமார வேடம் போட்ட நெல்லித்தோப்பு கிறிஸ்தவர் சவரி என்பவர் திடீரென இறந்து போதல், தமிழும், பிரெஞ்சும் எழுதியிருந்த அகராதி புத்தகத்தைத் திரும்ப பெறுதல்,

முன்னாள் அகராதி உள்ளதை முசியே லத்தான் கேட்டபோது அனுப்பி வைத்தல் ஆகிய பல செய்திகள் இவரது நாட்குறிப்பில் உள்ளமையால் இவரது நாட்குறிப்புச் சுவடி மிக முக்கியமான ஒன்றாகும்.[8] ஆராய்ச்சியாளர்களுக்கு இன்றியமையாத முதன்மைத் தரவுகளாக நாட்குறிப்புகள் உதவும் என்பதில் எள்ளளவும் ஐயமில்லை.

அடிக்குறிப்புகள்

1. Gnanou Diagou, *Arrets du Conseil Superieur de Pondicherry,* 8 vols, Pondichery, 1935-1941, vol. IV, Document no. 581, pp. 393-394.
2. ibid., vol. Vl, Document no. 546, pp. 314-315.
3. ibid., vol. VI, Document no. 452, pp. 262-263; Bibliothque Nationale, Paris, Mss. Indien, No. 157, fl.342; Edmond Gaudart, *Catalogue des Manuscrits des Ancienns Archives de l' Inde Francaise, 1690-1789*, 8 vols, Pondichery, 1926-42, vol. VII, Document no. 5388, p. 4.
4. ஒர்சே, மா. கோபாலகிருஷ்ணன், இரண்டாம் வீரா நாயக்கர் நாட்குறிப்பு, *1778-1792*, சென்னை *1992*, பக்கம் *232*.
5. Edmond Gaudart, Catalogue des Manuscrits, vol. VII, Document no. 5388, p. 6.
6. National Archives of India, Puducherry, *Mss. Divers Papiers des Inherites d' Ananda Ranga et Tiruvengda, Eighteenth Century Documents*, No. 1.
7. Edmond Gaudart, Catalogue des Manuscrits, vol. VII, Document no. 5388, p. 5.
8. எஸ். ஜெயசீல ஸ்டீபன், முத்து விஜயத் திருவேங்கடம் பிள்ளை நாட்குறிப்பு, *1794-1796*, புதுச்சேரி, *1999;* எஸ். ஜெயசீல ஸ்டீபன், 'முத்து விஜயத் திருவேங்கடம் பிள்ளை நாட்குறிப்பு: பிரெஞ்சு சொற்களும், தமிழ் உச்சரிப்பும்', பதிப்பாசிரியர் இந்திரன், புதுச்சேரி*:* மனதை கீறும் சித்திரங்கள், சென்னை, *2004*, பக்கங்கள் *46-64*.

6
தரங்கம்பாடியில் ஐந்து உபதேசியார்களின் நாட்குறிப்புகள், ஜூன் 1743 முதல் டிசம்பர் 1744 வரை

தரங்கம்பாடி டேனிஷ் மதப்பரப்பு செயல்பாடுகளில் உபதேசியார்கள் நியமிக்கப்பட்டனர். இவர்கள் மதம் மாறிய கிறித்துவ தமிழர்கள். ஐரோப்பிய மதப்பரப்புநர்கள் இவர்களுக்கு வேண்டிய பயிற்சியினை வழங்கி, மறைபரப்புப் பணி சிறப்பாய் நடைபெற முயன்றனர். இவர்களுக்கு மாத ஊதியம் வழங்கப்பட்டது. மதப்பரப்பும் வேலை செய்ய தேர்ந்தெடுக்கப்பட்ட கிராமப்புற இடங்களில் பணியாற்ற வேண்டும். தரங்கம்பாடிக்கு அவ்வப்போது குறிப்பிட்ட நாட்களில் வந்து பணி தொடர்பான முன்னேற்றம் பற்றி விளக்க வேண்டும். இவர்கள் தவறாமல் நாட்குறிப்புகளை எழுதி பராமரிக்க வேண்டும். இத்தகைய உபதேசியார்களின் ஐந்து நாட்குறிப்புகள் நமக்குக் கிடைக்கப் பெறுகின்றன.

இஞ்ஞாசி என்பார் கபிஸ்தலம் என்ற இடத்தில் உபதேசியாராக பணியாற்றினார். இவர் ஒரு முறை கிறித்துவத்துக்கு மதம் மாற்ற சில தமிழர்களை தரங்கம்பாடிக்கு அழைத்துச் சென்றார். அப்போது ஊர் மக்களால் சிறைபிடிக்கப்பட்டார்.[1] இவரது மனைவி ராக்கேல், தரங்கம்பாடி மத நிறுவனப் பணியில் பணிபுரிந்தார். 1770ஆம் ஆண்டு இஞ்ஞாசி இறந்த பின், தரங்கம்பாடியில் உள்ள பள்ளிக்கூடத்தில் பணியமர்த்தப்பட்டார்.[2]

உபதேசியார் இஞ்ஞாசி தமிழில் எழுதிய மூன்று பகுதிகளைக் கொண்ட நாட்குறிப்பு கிடைக்கப்பெறுகிறது. முதல் பகுதி ஜூன், ஜூலை, ஆகஸ்ட், செப்டம்பர், அக்டோபர் 1743ஆம் ஆண்டுக்கும், இரண்டாவது பகுதி நவம்பர், 1743ஆம் ஆண்டும், மூன்றாம் பகுதி டிசம்பர் 1743ம் ஆண்டும் கோபன்ஹேகனில் உள்ள அரசர் நூலகத்தில் உள்ளது.[3]

உபதேசியார் சின்னப்பன் தஞ்சாவூரில் பணிபுரிந்த உபதேசியார் இராயநாயக்கரின் உடன் பிறந்தவர். இவர் தரங்கம்பாடியிலிருந்து

கடலூருக்கு கல்வி கற்க 1752ஆம் ஆண்டு அனுப்பி வைக்கப்பட்டார்.[4] சின்னப்பன் கிறிஸ்டியன் வில்லியம் ஜெரிக் என்ற மதப்பரப்புநரின் கீழ் உபதேசியாராக பின்னர் பணியமர்த்தப்பட்டார். சின்னப்பனின் தமிழ் நாட்குறிப்பு முதல் பகுதி ஜூன், ஜூலை, ஆகஸ்ட், செப்டம்பர், 1743ஆம் ஆண்டுக்குரியதும், இரண்டாம் பகுதி அக்டோபர், நவம்பர், டிசம்பர் 1743ஆம் ஆண்டுக்குரியதும் கிடைக்கப் பெறுகிறது.[5] இது கோபன்ஹேகன் அரசர் நூலகத்தில் உள்ளது.

உபதேசியார் பரஞ்சிமுத்து என்பார் தரங்கம்பாடி மறைபரப்பு தளத்தில் பணியாற்றினார். இவரது தமிழ் நாட்குறிப்பு நவம்பர் 1743ஆம் ஆண்டுக்குரியது.[6] கோபன்ஹேகன் அரசர் நூலகத்தில் கிடைக்கப் பெறுகிறது.

இராயநாயக்கன் என்பார் தஞ்சாவூர் நகரில் உபதேசியாராக பணியமர்த்தப்பட்டார். இவரது நாட்குறிப்பு 5 பகுதிகளாகக் கிடைக்கிறது. முதல் பகுதி ஜூன், ஜூலை 1743ஆம் ஆண்டுக்குரியது. இரண்டாம் பகுதி ஆகஸ்ட், செப்டம்பர் 1743ஆம் ஆண்டுக்குரியது. மூன்றாம் பகுதி அக்டோபர் 1743ஆம் ஆண்டுக்குரியது. நான்காம் பகுதி நவம்பர் 1743ஆம் ஆண்டுக்குரியது. ஐந்தாம் பகுதி டிசம்பர் 1743ஆம் ஆண்டுக்குரியது.[7]

உபதேசியார் குருபாதம் நாட்டையர் எழுதிய நாட்குறிப்பு டிசம்பர் 1744ஆம் ஆண்டுக்குரியது கிடைக்கிறது.[8] இவர் பழைய ஏற்பாட்டு பகுதிகளை காகிதத்தில் மக்களின் பயன்பாட்டிற்காக எழுதும் பணியில் ஈடுபட்டதாக ஆவணங்களில் குறிப்பிடப்பட்டுள்ளது.[9]

இந்த ஐந்து உபதேசியார்களின் நாட்குறிப்புகள் இன்னும் அச்சாகவில்லை. இவற்றை ஆராய்ந்து பார்க்கும்போது தமிழ் உரைநடை வளர்ச்சி புலப்படுகிறது. டேனிஷ்-ஜெர்மன் மதகுருமார்கள் இவர்களுக்கு கல்வியளித்து, கிறித்தவ மதப்பரப்பு கொள்கைகளை விளக்கியதாலும், நாட்குறிப்புகளை எழுதப் பணித்ததாலும் இந்த நாட்குறிப்புகள் எழுதப்பட்டது உண்மை.

இவர்களின் தமிழ் சற்று வித்தியாசமாக உள்ளது. பணிவிடைக் காரன், மன்றாடுகிறேன், சிநேகிதர், மதகுருக்கள், உபசாரிகள், ஊழியக் காரன், தேவரீர், ஒத்தாசை, இரட்சிப்பு, ஆசீர்வாதம், சங்கைசெய்து, வேதபாரகன், வேதசாஸ்திரி, கீர்த்தி, திரவியம், ஞானத்தகப்பன், ஞானமேய்ப்பன், அலமாங்நா தேசம் (ஜெர்மனியைக் குறிக்கும் போர்ச்சுக்கீசிய சொல்) ஆகிய சொற்கள் இடம்பெறுகின்றன.

அடியான், விண்ணப்பம், பராபரன், ஞானமந்தை, மகிமை, தேவமகத்துவம், கிருபை, சித்தம், சனங்கள், ராச்சியம் ஆகிய சொற்கள் கையாளப் பட்டுள்ளன. மேலும் 'இயேசு முன்னிற்க' 'பராபரனுக்கு இஸ்தோத்திரம்' ஆகிய சொல்லாடல்கள் இடம்பெறுகின்றன. இந்த ஐந்து உபதேசியார்களின் நாட்குறிப்புகளில் பல புதிய கிறித்தவ கலைச்சொற்கள் அடிக்கடி பயன்படுத்தியது அறியப்படுகிறது.

அடிக்குறிப்புகள்

1. *Der Königl. Dänischen Missionarien aus Ost-Indien eingesandter ausführlichen Berichten, Von dem Werck ihrs Ams unter den Heyden, angerichteten Schulen und Gemeinen, ereigneten Hindernissen und schweren Umstanden; Beschaffenheit des Malabarischen Heydenthums, gepflogenen brieflicher Correspondentz und mundlchen Unterredungen mit selbigen heyden*, Teil 1–9, (Continuationen 1–108) Waiserihaus, Halle, 1710–1772 (hereafter HB), continuation 67, p. 1142.

2. Georg Christian Knapp, et.al., *Neuere Geschichte der evangelischen Missions-Anstalten zu Bekehrung der Heiden in Ostindien aus den eigenhändigen Aufsätzen und Briefen der Missionarien erausgegeben* (hereafter NHB), Teil 1–8, (Stück 1–95) Waisenhaus, Halle, 1770-8/ 1795-1848, stuck., 995-8.

3. Det Kongeliege Bibliothek (KB), Kobenhavn, Cod Tamul 58.41; KB, Cod Tamul 58.42; KB, Cod Tamul 58.43.

4. HB, continuation 78, pp. 925, 930.

5. KB, Cod Tamul 58.44; KB, Cod Tamul 58.45.

6. KB, Cod Tamul 58.46.

7. KB, Cod Tamul 58.36; KB, Cod Tamul 58.37; KB, Cod Tamul 58.38; KB, Cod Tamul 58.39; KB, Cod Tamul 58.40.

8. KB, Cod Tamul 58.47.

9. Archiv der Franckeschen Stiftungen (hereafter AFSt), Halle, MSS M1 B32: 3 (C); M1 B33: 10(A).

7

திருநெல்வேலியில் உபதேசியார் சவரிராயப் பிள்ளையின் நாட்குறிப்பு, நவம்பர் 1836 முதல் ஜனவரி 1874 வரை

சவரிராயப் பிள்ளை 1801ஆம் ஆண்டு வடக்கன்குளத்தில் பிறந்தார். இவர் முதலில் கத்தோலிக்க கிறித்தவராக இருந்து, பின்னர் புராட்டஸ்டண்ட் திருச்சபையில் 3 நவம்பர் 1836இல் சேர்ந்தார். பின்னர் உபதேசியராக 11 ஜூலை 1837இல் நியமிக்கப்பட்டு சுவிசேஷபுரம் என்ற இடத்தில் மறைபரப்புப் பணியில் ஈடுபட்டார். மதப்பரப்பாளர் இரேனியுஸ் அறிவுரைப்படி இவர் தனது பணிகள் தொடர்பான விவரங்களை நாட்குறிப்பில் எழுதத் தொடங்கினார்.[1]

சவரிராயப் பிள்ளை எழுதிய தமிழ் நாட்குறிப்புகள் நவம்பர் 1836 முதல் ஜனவரி 1874ஆம் ஆண்டு வரை கிடைக்கப் பெறுகிறது. மகன் யோவான் தேவசகாயம், உபதேசியார் சவரிராயரின் நாட்குறிப்பு முதல் தொகுதியை 1898லும், இரண்டாவது தொகுதியை 1901ஆம் ஆண்டும், மூன்றாம் தொகுதியை 1902இல் அச்சில் பதிப்பித்தார்.[2]

சவரிராயப் பிள்ளை தரங்கம்பாடி உபதேசியார்கள் எழுதியது போல் தனது மறைபரப்புப் பணி தகவல்களைக் குறிப்பிடுகிறார். இவரது நாட்குறிப்பில் கிராமங்களின் பொருளாதார நிலைகளும், சமூக மாற்றங்களும் குறிப்பிடப்பட்டு இருக்கிறது. தான் மேற்கொண்ட பணிகளை சிறப்பாக எழுதியுள்ளது தெரிகிறது. சுவிசேஷம் (Bible), வாத்தியார், வாத்திச்சி, மத்தியான வேளை, சரித்திரம், செபம், புத்தி, வியாதி, ஓய்வுநாள், விசேஷமான, பண்டிகை, ஆராதனை, விசாரித்து, சபை, விசுவாசப் பிரமாணம், கர்த்தர், ஞானஉபதேசம், தெருவீதி, வேதபொஸ்தகம், தியானம், பிரயோசனம், நித்திரை, வேதம், அற்ப சங்கதி, அஞ்ஞானிகள், தீர்மானம், உத்தரவு, மரணம், விவாகம், பொஸ்தகம், விசாரணை, வேதவாக்கியம், சந்தோஷம், சம்பளம், பிரசங்கம், வசூரி, கலியாணம், பஞ்சாயித்து, ரூவாய், துட்டு, கக்கூஷ், வருசம், வசூல், இராத்திரி, சமுசாரக்காரி, விளக்குமாறு, விடியக்காலம், தவ்வால் (thapaal) வண்டி, ஐஞானக் கோவில் (temple), தேத்தண்ணீர்

(tea), போன்ற பேச்சுத் தமிழில் பல வடமொழி கலந்த சொற்களை பயன்படுத்தியது தெரிய வருகிறது. மேலும் ரிப்போர்ட், சஸ்பெண்டு, இங்கிலீசு, ரெப்பேர் (repair), மிசியோன் (mission), வாக்ஷினட்டர் (vaccinator) மருந்து, கும்பினி (Company), போன்ற ஆங்கில மொழியின் தாக்கத்தால் பயன்படுத்திய சொற்கள் மூலம் அறிய வருகிறோம். புதுச்சேரி ஆனந்தரங்கப் பிள்ளையைப் போல தனக்கு வந்த கடிதங்களின் நகல்களையும், அவர் எழுதிய கடிதங்களையும் நாட்குறிப்பில் குறிப்பிடுகிறார்.

அடிக்குறிப்புகள்

1. *சரோஜினி பாக்கியமுத்து, ஒரு உபதேசியாரின் நாட்குறிப்பு, திருநெல்வேலி, 2001; ஆ. சிவசுப்பிரமணியன், உபதேசியார் சவரிராய பிள்ளை, 1801-1874, நாகர்கோவில், 2016.*
2. *யோவான் தேவசகாயம், சவரிராய பிள்ளையவர்கள் சர்னலும் காகிதங்களும் முதல் புஸ்தகம், 1836-63, சிந்தாமணி யந்திரசாலை, பாளையங்கோட்டை 1898; யோவான் தேவசகாயம், சவரிராய பிள்ளையின் சர்னலும் காகிதங்களும், இரண்டாம் புஸ்தகம், சிந்தாமணி யந்திர சாலை, பாளையங்கோட்டை, 1901; யோவான் தேவசகாயம், சவரிராய பிள்ளையின் சர்னலும் காகிதங்களும், மூன்றாம் புஸ்தகம், சிந்தாமணி யந்திர சாலை, பாளையங்கோட்டை, 1902; The Journal and Letters of Savariraya Pillai (A Catechist of the Church Missionary Society, Tinnevelly Distict, South India)*, vol. I, 1836-1863, Chintamani Press, Palamcottah, 1898, vol. II, 1901, vol. III, 1902, In English and Tamil, Three volumes in Five Parts; J.J. Paul & Robert Erick Frykenberg, 'A Research Note on the Discovery of Writings by Savariraya Pillai, A Tamil Diarist of Mid-Nineteenth Century Tinnevelly', *The Journal of Asian Studies*, vol. 44, no.3, 1985, pp 521-528; David Packiamuthu & Sarojini Packiamuthu, 'Savariraya Pillai's Diary: A Document of Transcultural Interchange', *Dharma Deepika*, December 1997, pp. 75-82; *ஆ. சிவசுப்பிரமணியன், தமிழ்க் கிறித்தவம், நாகர்கோவில், 2004, பக்கங்கள் 109-150.*

8

நாட்குறிப்புகளின் வண்ணமும் வனப்பும் தமிழ் உரைநடை வளர்ச்சியும்

தமிழ் இலக்கிய வரலாற்றை எழுதிய சிலர் தொல்காப்பியம் மூன்றாம் அதிகாரத்தில் 477, 478, 485 மற்றும் 658இல் குறிப்பிட்டுள்ள சொல், உரை என்பதை வைத்து, தமிழில் உரைநடை இலக்கியங்கள் இரண்டாயிரம் ஆண்டுகளுக்கு முன்பே இருந்தது என்று மிகைப்படுத்திக் கூறுகிறார்கள். "உரையிடை இட்ட பாட்டுடைச் செய்யுள்" (6852) என்று தொல்காப்பியத்தில் குறிப்பது உரையாடல் மற்றும் விளக்கவுரை (Commentary) என்று அறிஞர்களால் சொல்லப்படுகிறது.[1] புறநானூற்றில் (27.5) வரும் "உரையும், பாட்டும் உடையார் சிலரே" என்ற வரியின் மூலம் உரை மற்றும் பாட்டு என்ற இரு வகைகள் இருந்துள்ளது தெரியவருகிறது. ஆனால் உண்மையிலேயே உரைநடை என்ற அளவில் தொழில்நுட்ப ரீதியாக எந்த ஒரு இலக்கியமும் ஐரோப்பியர்களின் வருகைக்கு முன் எழுத்து வடிவில் தமிழில் இருந்ததாக இந்நாள் வரை கிடைக்கப் பெறவில்லை. இதுவுமன்றி செய்யுள் இலக்கியத்துக்கு நிகராக உரை கருதப்படவில்லை என்பதும் தெரிகிறது. உரைநடையும், செய்யுளும் சேர்ந்தே இருந்ததாக சிலப்பதிகாரமும், பெருந்தேவனாரின் பாரதமும் சான்றுகளாக உள்ளன.

தமிழில் உரை ஆசிரியர்களின் முறையைப் பின்பற்றிதான் உரைநடை வளர்ந்துள்ளது.[2] இந்த உரை ஆசிரியர்கள் உரைகள், சான்றோர்களால், சான்றோர்களுக்காக எழுதப்பட்டவைகள். குறிப்பாக நக்கீரரது இறையனார் களவியல் உரை (எட்டாம் நூற்றாண்டு), இளம்பூரணாரின் தொல்காப்பிய உரை (பதினொன்றாம் பனிரெண்டாம் நூற்றாண்டு), சேனாவரையரின் தொல்காப்பிய உரை (பதிமூன்றாம் நூற்றாண்டு), அடியார்க்கு நல்லார் எழுதிய சிலப்பதிகார உரை (பதிமூன்றாம் நூற்றாண்டு), பரிமேலழகரின் திருக்குறள் பரிபாடல், மற்றும் திருமுருகாற்றுப்படை உரைகள் (பதிமூன்றாம் நூற்றாண்டு), நச்சினார்க்கினியர் பத்துப்பாட்டு, கலித்தொகை, தொல்காப்பியம் மற்றும் சீவகசிந்தாமணி உரைகள் (பதினான்காம் நூற்றாண்டு) ஆகிய மேற்சொன்ன செய்யுள்களுக்கு எழுதப்பட்ட உரைகளை இங்கு

குறிப்பிடலாம். இதுவுமன்றி இலக்கண விளக்க உரை சம்பந்தமாக மயிலைநாதரின் நன்னூல் (பதிமூன்றாம், பதினான்காம் நூற்றாண்டு) இருந்ததையும் நினைவு கூரலாம். தமிழ் இலக்கியத்தில் தோன்றிய இந்த உரைகள் விளக்க உரைகளாகவும், குறிப்புரைகளாகவும் இருந்ததே தவிர உரைநடை வளர்ச்சி என தனியே சிறப்பாய் அமையவில்லை. தமிழில் உரைநடை எழுதும் கலை வளரவில்லை என்றே குறிப்பிட வேண்டும்.

போர்ச்சுக்கீசியர்களின் வருகைக்குப் பின்னர் தமிழில் உரைநடையின் நோக்கம் மற்றும் செயல்பாடு மாறியுள்ளது. இதற்கு முன்னர் இருந்த செய்யுள் விளக்கஉரையில் இருந்து மாறி கிறிஸ்தவ மதக் கோட்பாடுகளை விளக்கவேண்டி, தமிழில் மொழிபெயர்ப்பு உரைநடை தோன்றலாயிற்று. இதுவே உரைநடை வளர்ச்சியின் முதலாவது காலம் என்று குறிப்பிடலாம். இந்த பதினாறாம், பதினேழாம் நூற்றாண்டுகளில் சமயச் சூழல்களுக்கேற்ப தமிழ் உரைநடை தோன்றியது. இவை ஐரோப்பியர்களால் மட்டுமே படைக்கப்பட்டன. இந்த ஐரோப்பிய மதகுருமார்கள் தமிழ் உரைநடை வளர்ச்சிக்காகப் பெரிதும் ஆர்வம் காட்டினர்.

அன்றிக்கு அன்றிக்கஸ் என்ற பாதிரியார் 669 பக்கங்கள் கொண்ட முதல் தமிழ் உரைநடை நூலை 1586ஆம் ஆண்டு வெளியிட்டார். இந்த நூல் புனிதர்களின் வாழ்க்கை வரலாற்றைக் குறித்து மொழிபெயர்த்து எழுதப்பட்டது.[3] மேலும் பர்த்தலோமேயு சீகன்பால்கு தரங்கம்பாடியில் தங்கி, தமிழில் பைபிள் மொழிபெயர்ப்பு செய்யப்பட்டதும், மொழிபெயர்ப்பு உரைநடை வளர்ச்சியையே குறிக்கிறது.[4]

தமிழில் மொழிபெயர்ப்பு உரைநடை ஒரு பக்கம் வளர்ந்தபோது மற்றொரு பக்கம் கிறிஸ்தவ மதக்கோட்பாடுகளை விளக்கி, இந்து மதக்கோட்பாடுகளையும் ஒப்பிட்டு எழுதிய உரைநடை இலக்கியம் தோன்றியது. ராபர்தோ நொபிலி அடிகளாரால் மறைஉரைகள் உட்பட தமிழில் சொந்தமாக எழுதிய பல நூல்களை இதற்குச் சான்றாகக் காட்டலாம். ஆத்தும நிர்ணயம், ஞானஉபதேசம், புனர் ஜென்ம ஆட்சேபம், துஷணதிக்கதிகாரம், தேவமாதா சரித்திரம், ஏசுநாதர் சரித்திரம், அஞ்ஞான நிவாரணம், பேதக மறுத்தல், ஞான தீபிகை, விசுவாச சல்லாபம், மந்திரமாலை, சின்னக்குறிப்பிடம் என்ற பல உரைநடை நூல்கள் சிறப்பானவை. இவரே தமிழில் உரைநடை வளர்ச்சிக்கு வித்திட்டவர் என்று ச.ராசமாணிக்கம் கருதுகிறார்.[5] நொபிலியும் அவரோடு பணிபுரிந்த பல உதவியாளர்களும், பல புதிய கிறிஸ்தவ மறைச்சொற்களைத் தமிழில் அறிமுகப்படுத்தினார்கள்.

நொபிலி அடிகளாரின் தமிழ் உரைநடை சமஸ்கிருதத்தை ஒட்டி இருப்பினும், எளிமையும் தெளிமையும் கொண்டுள்ளதை நாம் அறியலாம்.

இதனையடுத்து கோன்ஸ்தான்சியுஸ் பெஸ்சி அடிகளார் தமிழில் உரைநடை நூல்களை இயற்றினார். இவற்றில் ஞான உணர்த்துதல், வேதியர் ஒழுக்கம், வேத விளக்கம், பரமார்த்த குரு கதை, வாமன் கதை, லூத்தேரினித்தியல்பு, பேதக மறுத்தல் போன்ற உரைநடை இலக்கியங்கள் முக்கியமானவை. இவரது நூல்கள் நொபிலி இயற்றிய நூல்களை விட இலக்கியவளம் பெற்றிருந்தன.[6]

அயல்நாட்டவர்கள் எழுதிய தமிழ் உரைநடை நூல்களைப் பற்றி நாம் மதிப்பீடு செய்தல் அவசியம். இந்த உரைநடைகள் தங்குதடையின்றி தமிழ்மொழியின் நடையில் வரவில்லை. தமிழ் மொழியை ஓரளவு அவர்கள் நன்கு தெரிந்திருந்தாலும் அவை சமுதாயத்தில் ஒதுக்கப்பட்ட மக்களுக்காக மதக் கோட்பாடுகளை அறிவிப்பதற்காக அவசரமாகத் தேவைகளின் நிமித்தமே தோன்றின. மேற்படி ஐரோப்பிய மதகுருமார்கள் எழுதிய நூல்களைப் படிக்கும்போது தமிழ்நடையில் இனிமை இல்லை. அவர்கள் பேச்சு மொழியை ஒட்டியே எழுத்து மொழி இருந்துள்ளது. இருப்பினும் தமிழ் உரைநடையில் அயல்நாட்டு முறைப்படி எழுதும் வழக்கமான நிறுத்தக் குறியீடுகள் இடும் முறை புகுத்தப்பட்டு புதிய வளர்ச்சியை நாம் காண முடிகிறது.

கிறிஸ்தவ மதம் தமிழகத்தில் பரவ ஆரம்பித்தபோது உரைநடை வளர்ச்சி ஐரோப்பியர்களால் அறிமுகப்படுத்தப்பட்டது. அயல்நாட்டவர் அச்சுப்பதிப்பில் வெளியான கிறிஸ்தவ மொழிபெயர்ப்பு நூல்களும் இதர கிறிஸ்தவ உரைநடை இலக்கியங்களும் எந்த அளவிற்கு ஆழமாக தமிழர்களுக்கு, தமிழ் உரைநடையை வளர்க்க எண்ணம் கொள்ள வைத்தது என்று தெரியவில்லை. நாட்குறிப்புகளை பலர் எழுத ஆரம்பித்தாலும், அவை அச்சுப்பதிப்பில் வெளியாகாமல் போனதால், தமிழர்கள் உரைநடை வளர்ச்சிக்கு ஆற்றிய பங்கு சரியாக பிரதிபலிக்கப்படவில்லை. எனவே ஐரோப்பியர்கள் மட்டுமே தமிழ் உரைநடை வளர்ச்சியில் பெரும்பங்கு ஆற்றினர் என இதுவரை கொண்டிருந்த கருத்து மாற்றப்பட வேண்டும்.

பதினெட்டாம் நூற்றாண்டில் தொடர்ச்சியாக பல தமிழ் நாட்குறிப்புகள் கிடைப்பதே இதற்குச் சான்றாகும். இத்தகைய நாட்குறிப்பு உரைநடை ஆசிரியர்கள், புதிதாக தமிழில் எழுதும் போது தமிழ்ப்பணி அல்லது தமிழ்த்தொண்டினை கடமையாக

நினைத்தார்களா? அல்லது கடன் என்று கொண்டார்களா? என்று புரியவில்லை. இவர்களது பார்வையின் கோணம் முந்தைய செய்யுள் இலக்கியங்களிலிருந்து முற்றிலும் மாறுபட்டுள்ளது. காலத்தின் கோலம் அல்லது கட்டாயம் என கொள்ள வேண்டியுள்ளது. இவர்களது நாட்குறிப்பின் மொழிநடையானது முந்தைய சமஸ்கிருத கலப்பு மொழியை சற்று விட்டுவிட்டு, ஐரோப்பிய மற்றும் இஸ்லாமிய மொழிகளின் தாக்கம் அதிகம் கொண்டிருக்கிறது.

மேலும் தமிழரால் உரைநடை இலக்கியம், கிறிஸ்துவ சமய இலக்கியமாகவும், மதக்கோட்பாடுகளையும், விளக்கங்களையும் கொண்டு ஒரே பாதையில் போகவிடாமலும், ஐரோப்பியர்களால் மட்டுமே எழுதப்பட்டு, அச்சிடப்பட்டு ஆதிக்கம் செலுத்தப்படாமலும் இருக்க வேண்டி, அதன் பாதை தமிழ் நாட்குறிப்பு ஆசிரியர்களால் திருப்பிவிடப்பட்டுள்ளது. நாட்குறிப்பு ஆசிரியர்கள் தமிழகத்தின் அரசியல், வாணிபம், சமுதாய நிலை மற்றும் இதர அன்றாட நிகழ்வுகளைப் படம்பிடித்துக் காட்டி, பொதுவாக அனைவரும் அறியும் வகையில் வித்தியாசமாக உரைநடை எழுத ஆரம்பித்திருக்கிறார்கள். எந்தவித திணிப்பும் இன்றி சுயமாக வளர்ந்த இந்த சுதேசி தமிழ் உரைநடை, தன்னைத் தனியே அடையாளம் காண்பிக்க ஆரம்பித்து வளர, எந்த இடையூறும் ஏற்படவில்லை. ஆனால் அச்சுக்கலை தமிழர்களுக்குத் தெரியாததாலும் அச்சுப் பதிப்பில் நாட்குறிப்புகள் வெளிவராமையாலும் அவை பிரபல்யமாக முடியாமல் போயிற்று என்பது குறிப்பிடத்தக்கது.

தமிழ் மக்கள் சாதிகள் அடிப்படையில் பிரிந்திருந்தும், மன்னர்களிடையே கருத்து வேறுபாடுகள் இருந்து, ஒற்றுமை இல்லாதிருந்ததும் இதன் முக்கிய காரணமாகலாம். அன்றாடம் நடக்கும் நிகழ்ச்சிகளை இன்றைய செய்தித்தாள்களின் முன்னோடிகளாக நாட்குறிப்பாளர்கள் நாட்குறிப்பில் தவறாமல் எழுதி இருக்கிறார்கள். பல்வேறு சாதிகள் இருந்த அமைப்பின் காரணமாக, கற்றோருக்கும் கல்லாதாருக்கும் இடையே ஏற்பட்டு இருந்த பெரிய இடைவெளி, பதினெட்டாம் நூற்றாண்டில் குறைவதை நாம் காண முடிகிறது.

கிறிஸ்தவ மதகுருமார்கள் எழுதிய தமிழ் உரைநடைக்கும், தமிழர்கள் எழுதிய உரைநடைக்கும் வித்தியாசம் உள்ளது. பல சொற்கள் அமைந்த தொடர் (வாக்கியத்தை), ஒரே நீண்ட சொல்லால் ஆன தொடர் போல், நாட்குறிப்பு எழுதிய தமிழர்கள் எழுதியுள்ளார்கள். ஆனால் ஐரோப்பியர்கள் எழுதிய உரைநடையைப் படிக்கும்போது

அவர்கள் சிறிய வாக்கியமாக இருப்பினும், பெரிய தொடராக இருப்பினும், சொற்களின் இடையே இடம்விட்டு எழுதும் முறையைப் புகுத்தியுள்ளார்கள்.

நாட்குறிப்புகளுடன் தொடர்புடைய பிற்கால இலக்கிய வகைகள்

உண்மை நிகழ்ச்சிகளை நன்றாக கோர்த்து அமைக்கப்பட்டவை தான் இந்த நாட்குறிப்புகள் என்ற பொது மனித காலக்குறிப்பு. இவைகள் தனி மனிதனின் வாழ்க்கை, செயல், பண்புகளை மட்டும் இலக்கியத் தன்மையுடன் சுவைபட அளிக்கும் தன் வரலாறு, பிற வரலாறு உள்ளடக்கிய வாழ்க்கை வரலாற்று இலக்கியங்களிலிருந்து வேறுபடுகிறது.⁷ எனவே பத்தொன்பதாம் நூற்றாண்டில் தோன்றிய வாழ்க்கை வரலாறு இலக்கியங்கள் பொதுவாழ்விலிருந்து தனி வாழ்விற்கு மாறி வந்த உரைநடை இலக்கியங்கள் என்று அறிய முடிகிறது. இச்சமயத்தில்தான் நாட்குறிப்புகள் ஓர் முன்னோடியாகத் திகழ்கின்றன என்று கூற வேண்டி உள்ளது.

கடந்த காலத்தில் நிகழ்ந்தவைகளைப் பின்னோக்கிப் பார்த்து எழுதப்படும் நினைவுக்குறிப்பு இலக்கியத்திலிருந்தும் நாட்குறிப்புகள் வேறுபடுகிறது. தன்னை நினைப்பதைவிட அதிகமாக தம்மோடு தொடர்புடைய பிறரைப் பற்றியும், பல பொது நிகழ்வுகளையும் நினைவுக் குறிப்பில் சிறப்பாக இடம் பெற்றாலும், நினைவுக் குறிப்பிலிருந்தும் நாட்குறிப்பு எப்படி மாறுகிறது என்றால், நாட்குறிப்பானது அந்தந்த நாள்களுக்கு உரிய செய்திகளை அவற்றின் கீழே தருவதாக அமைந்துள்ளது மிக முக்கியமானது. மேலும் நாட்குறிப்பில் மட்டுமே தொடர்ச்சியைக் காணமுடிகிறது. உண்மை நிகழ்வுகளின் விளக்கமாகவும், காலக்குறிப்புடனும், குறிப்பிட்டவர்களின் செயல்களை உள்ளடக்கி மிளிரச் செய்வதால் மட்டுமே தன் வரலாறு, வாழ்க்கை வரலாற்றுக் குறிப்புகளுடனும், நினைவுக் குறிப்புகளுடனும், நாட்குறிப்புகள் தொடர்புடையன என்று சொல்ல முடியும்.⁸

தனிமனிதனின் உள்ளார்ந்த வாழ்க்கையில் தீவிர கவனம் செலுத்தும் பண்பு, வாழ்க்கை வரலாற்று இலக்கியத்தில் உள்ளதேயன்றி நாட்குறிப்புகளில் இல்லை. எனவே கடந்தகால நிகழ்ச்சிகளை நீண்ட இடைவெளிக்குப் பின்பு தொகுத்து எழுதும் பணி, நினைவுக் குறிப்பில் உள்ளதே அன்றி நாட்குறிப்பில் இல்லை. இதுவுமன்றி தாம் கேட்டது, தாம் பலர் சொல்லக் கேட்ட செய்தி, பேட்டிகள், வாய்மொழியாக மற்றும் பட்டறிவுடன் நிரூபித்து ஒரே நாளில் நடந்த நிகழ்வுகளை வரிசைப்படுத்தி அதிகாலை, காலை, நண்பகல், மாலை, இரவு, சாமம்

போன்ற நேரங்களில் குறிப்பிட்டு எழுதுவது இடம் பெறுவதால் தமிழ் நாட்குறிப்புகள் தனக்கென்று ஒரு தனிப்பட்ட பாங்கினை கொண்டுள்ளது புலனாகிறது.

நாட்குறிப்பாளர்களின் தனி நோக்கமும், பொது நோக்கமும்

ஐரோப்பியர்களைத் தொடர்ந்து தமிழர்கள் தமிழ் உரைநடை வளர்ச்சிக்கு பங்கு ஆற்றியதை உரைநடை வளர்ச்சியின் இரண்டாவது காலமாகக் கொள்ளலாம். இந்தக் காலத்தில்தான் நாட்குறிப்புகள் தோன்றின. அப்போது நிலவிய பொருளாதாரம், அரசியல், சமுதாய சூழ்நிலைகளுக்கேற்ப இயற்கை உரைநடையில் நாட்குறிப்புகள் எழுதப்பட்டன. ஆகவே தமிழ் உரைநடை வளர்ச்சியில் பயன்பாட்டுச் சூழல் மிக முக்கியத்துவம் பெறுகிறது. பதினெட்டாம் நூற்றாண்டில் நிலவிய அரசியல் மற்றும் சமுதாய நிலைமைகள் தமிழர்களை பெருமளவில் பாதித்ததால் தமிழ் நாட்குறிப்புகள் எண்ணிக்கையில் பலுகிப் பெருகிவிட்டன. ஆனந்தரங்கப் பிள்ளை, ரங்கப்ப திருவேங்கடம் பிள்ளை, வீரா நாயக்கர் மற்றும் முத்து விஜயத் திருவேங்கடம் பிள்ளை ஆகியோர் எழுதிய நாட்குறிப்புகளை நாம் பார்க்கும்போது அவர்களது ஆளுமையை அறிந்துகொள்ள அவர்கள் கூறிய கருத்துக்கள் துணையாக உள்ளன. ஆனந்தரங்கரும், வீராநாயக்கரும் தங்கள் படைப்பின் பொருண்மை அல்லது மையக்கருத்தை தெளிவாக விளக்குகிறார்கள்.

"காதிலே கேட்டது, கண்ணாலே பாத்தது மத்தும் நடக்கிற விந்தைகள் புதுமைகள், கப்பல் வந்ததும் மறுபடி போறதும் யெழுதி இருக்குது".[9]

"பிராஞ்சு தேசத்து சமாசாரங்களும், சிந்து தேசத்து நடந்த வற்தமானங்களும், கேழ்வியாலுஞ் திஷ்ட்டாந்திரமாய் பாத்ததும், காகித முன்னிலையாய் அறிந்ததும், பின்னும் ராசகாரியங்களோடு கூடிய பல சமாசாரங்கள் எழுதியிருக்கப்பட்ட தினசரி பொஸ்தகமாக கொள்க."[10]

ஆனால் நாட்குறிப்பாளர்களான ரங்கப்ப திருவேங்கடம் பிள்ளை, முத்து விஜயத் திருவேங்கடம் பிள்ளை ஆகியவர்கள் தங்கள் நாட்குறிப்பு மையக்கருத்தை நேரடியாகத் தெரிவிக்காததால் அவர்களின் தனி நோக்கத்தை மட்டுமன்றி பொதுநோக்கத்தையும் நாம் தேடி ஆராய வேண்டியுள்ளது. பதினெட்டாம் நூற்றாண்டில் புதுச்சேரியில், நான்கு நாட்குறிப்புகள் தொடர்ச்சியாக கிடைக்கப்பெறுவதால் நாட்குறிப்பின் உருவம் அல்லது வடிவம், நாட்குறிப்பின் பாடுபொருள் அல்லது உள்ளடக்கம், நாட்குறிப்பின் பயன் அல்லது பணி, நாட்குறிப்பின்

வசனம் அல்லது வரவேற்பு ஆகியவைகளைப் பற்றி விரிவாக ஆராய வழிவகை பிறக்கிறது. நாட்குறிப்பு ஆசிரியர்களால் உண்மை நிகழ்வுகள் குறிக்கப்பட்டாலும், அவரவர்கள் தங்களின் மனப்பாங்கையும் எடுத்துரைக்கலாம். சில சமயங்களில் இவர்கள் தங்கள் சொந்தக் கருத்துக்களைக் கூறுவதால் நமக்கு முற்சாய்வையும் ஏற்படுத்த வாய்ப்பு உண்டாக்க வழி உள்ளது. அவர்கள் நாட்குறிப்பில் சொல்லுவதை, மற்ற ஆவணச் சான்றுகளின் அடிப்படையில் நாம் சரிபார்க்க வேண்டி உள்ளது. இதுவுமன்றி தமிழ் நாட்குறிப்புகளின் கோட்பாடுகள் பற்றி விரிவாக ஆராய்வதும் அவசியம். நாட்குறிப்பு ஆசிரியர்கள் பரவலாகக் கண்ட மையக் கருதுகோள்களின் அடிப்படையில் சிலவற்றை தெளிவாகக் குறிப்பிட விரும்புகிறேன்.

நாட்குறிப்பாளர்களின் கொள்கையும் நெறியும்

பதினெட்டாம் நூற்றாண்டுச் சமுதாயத்தை அதன் மெய்மை குன்றாமல் நாட்குறிப்பாளர்கள் தமிழில் முழு நிலையில் சித்தரிக்கிறார்கள். ஐரோப்பியர்கள் வருகைக்குப் பின்னர் குறிப்பாக பிரெஞ்சுக்காரர்கள் காலத்தில், தமிழர்கள் சமுதாயமும், சமுதாய உணர்வும் எந்த நிலையில், எப்படி இருந்தது என்று நாட்குறிப்பாளர்கள் தெரிவிக்கிறார்கள். நாட்குறிப்பை எழுதிய ஆசிரியரது நோக்கத்தை முன்வைத்து நாம் அணுக முற்படலாம். அல்லது நாட்குறிப்பைப் படிப்பதால் நிகழக்கூடிய உணர்வு தாக்கத்தைக் கருத்தில் கொண்டும் அணுக முற்படலாம். இந்த இரண்டு முறைகளும் நேரடியாக நாட்குறிப்பை மையப்படுத்தி நாம் கவனம் செலுத்த நமக்கு தடையாகி விடுவதால் நாட்குறிப்புகளை அவற்றின் சிறப்புக் கூறுகளின் அடிப்படையில் வகைப்படுத்தி நோக்குவது நல்லது. இந்த நிலையில்தான் எதார்த்த வாதம் (Naturalism) என்ற கோட்பாடு அடிப்படையில் நாட்குறிப்பாளர்கள் தமிழ்ச் சமுதாயத்தை அதன் இயல்பு நிலையில் பிரதிபலிப்பதை அறிகிறோம். நாட்குறிப்பாளர்கள் பெரும்பாலும் தமிழ்ச் சமுதாயத்தின் புவிச்சூழல், பண்பாட்டு கோலங்கள், சமூக பொருளியல் உறவுநிலை, அதனைச் சார்ந்த உணர்வு ஓட்டங்களைச் சொல்லுவது இதற்குச் சான்றாகும்.

பதினெட்டாம் நூற்றாண்டின் தமிழ் உலக நிகழ்ச்சிகளைத் தேர்ந்தெடுத்து அவற்றில் உள்ள பாத்திரங்களின் உணர்வுப் படிவங்களை புலப்படுத்தும்போது நாட்குறிப்பாளர்கள் சில நடைமுறைகளை கையாண்டுள்ளார்கள். பயனுள்ளதும், பயனற்றதும் கலந்தே இருந்த போது, இவைகளை நாட்குறிப்பில் எழுதும்போது தள்ள வேண்டியதைத் தள்ளி, கொள்ள வேண்டியதைக் கொண்டு

நாட்குறிப்புகளை எழுதியுள்ளார்கள். இவர்கள் நாட்குறிப்பிலிருந்து கீழ்க்கண்டவற்றை இதற்கு எடுத்துக்காட்டாகக் கொள்ளலாம்.[11]

அ. நடந்த சேதி கேள்விப்பட்டது, விசாரித்து யெழுத நிறுத்தி யிருந்தது.

ஆ. இந்த வீண் பிரளியை விஸ்தரிச்சு எழுதுறதல்லவெண்ணு யெழுதயில்லை.

இ. கேழ்வியானதிலே ஒரு பங்கு சுருக்கமாய் யெழுதுகிறேன்.

ஈ. அனுதிட சங்கதி விசாரிச்சு யெழுத வேண்டியது

உ. விவரமாய் விசாரிச்சு அறிய வேண்டி விசாரிக்குமிடத்தில் பொய்யாய் போச்சுது.

ஊ. அதெல்லாம் யெழுத வேணுமாணா னாலு காகிதம், ஆறு காகிதம் செல்லும். ஆகிலும் யெழுதினதிணோ சுவாரஸ்ய மில்லாத படியினாலே விஸ்தரித்து யெழுத யில்லை.

நாட்குறிப்பை நாம் படிக்கும்போது கீழ்உலகமும், மேல்உலகமும் இயற்கை நியதி என்று ஏற்றுக்கொள்ளும் மனப்போக்கு நாட்குறிப்பு ஆசிரியர்களிடையே இருந்ததாகப் பல இடங்களில் நாம் அறிய முடிகிறது. தெய்வீக அருநிகழ்வுகளையும், இயற்கை கடந்த நிலைகளையும் அவர்கள் நாட்குறிப்பில் சொல்கிறார்கள். இயற்பண்பு நெறியின் (Realism) வரைவிலக்கணமான இறைவனை விலக்குதல் என்ற கருத்தை நாம் நாட்குறிப்பில் காண முடியவில்லை. மாறாக மனிதன் தெய்வத்தின் படைப்பு என்ற கருத்தையும் அதனால் இறைவன் மனிதனை வழி நடத்துகிறார் என்ற கொள்கையும், நாட்குறிப்புகளில் நாம் தெளிவாகக் காண்கிறோம். கீழ்க்கண்டவைகளை இதற்கு எடுத்துக்காட்டாக சொல்லலாம்.[12]

அ. சுவாமி சித்தம் என்னமோ அறிய வேண்டியது.

ஆ. சுவாமி சித்தம் எப்போ வருமோ தெரியாது.

இ. சுவாமியுடைய சித்தம் எப்படி இருக்குதோ தெரியாது.

ஈ. சுவாமி கடாசத்தினாலே

உ. இப்படிப்பட்ட காலம் எப்படி நீங்குமோ

ஊ. ஆனால் அவன் பண்ணின சுவாமி துரோகத்துக்கு சுவாமி லோகத்திலே உண்டாயிருக்குறது மெய்யேயானால் அதற்கேற்ற ஆக்கினை குடுப்பார்.

இதுவுமன்றி வேறு சில எடுத்துக்காட்டுகளையும் இங்குக் குறிப்பிடலாம். ஆங்கிலேயர் 1748ஆம் ஆண்டு புதுச்சேரியை முற்றுகையிட்டபோது ரங்கப் பிள்ளை வீடு மீது மூன்று குண்டுகள் விழுந்தன. அப்போது ஆலோசனைக் குழு உறுப்பினர் அவரைப் பார்த்து உமக்குப் பயமில்லையா? என்று கேட்டபோது, கடவுளின் துணையும், பாதுகாப்பும் எனக்கு இருக்கிறது என்று மறுமொழி சொல்லியுள்ளார்.[13] வேறு ஒரு இடத்தில் முத்தியால்பேட்டை மக்களின் பொருள்கள் கொள்ளையிடப்பட்டு, அந்த மக்கள் தொல்லைக்கு ஆளானபோது, ஒன்றுமறியாத அப்பாவி மக்கள் மீது கடவுள் ஏன் இந்தத் துண்பங்களைத் தருகிறாரோ, தெரியவில்லை என்று குறிப்பிடுகிறார்.[14] புத்தாண்டு பிறக்கும் போது தன் நாட்குறிப்பில் கடவுள் இந்த ஆண்டு காப்பாற்றவும், தொழில் பெருகி, பொருள் ஈட்டவும் உதவ வேண்டும் என்று குறிப்பிடுகிறார். எனவே இத்தகைய கருத்துகளின் அடிப்படையில் நாட்குறிப்பாளர்கள் எதார்த்த நெறியை வெளிப்படுத்தினாலும் தெய்வீக சக்தியின்மீதும் (Supernaturalism) நம்பிக்கை கொண்டிருப்பது நன்கு புலனாகிறது.

நாட்குறிப்புகளின் திறனாய்வு

தமிழ் உரைநடை இலக்கியங்களை பல அறிஞர்கள் வரலாற்று அடிப்படையில் திறனாய்வு செய்கின்றனர். பொதுவாக இலக்கியங்களின் உள்ளடக்கமும், உருவமும் அன்றைய தொல்காப்பியம் முதல் இன்றைய புதுக்கவிதை வரை காலத்துக்குக் காலம் மாறி வருகிறது. இவ்வாறு இருக்கையில் தமிழ் நாட்குறிப்புகள் ஓர் இலக்கியமா? அவற்றில் இலக்கியமணம் உள்ளதா? நாட்குறிப்புகளின் இலக்கிய கொள்கை என்ன? என்னும் பல வினாக்கள் எழும்புகின்றன. இவற்றை நாம் அறிய வேண்டிய நிலை உள்ளது. நாட்குறிப்புகளின் தகுதி மற்றும் அதன் சிறப்பு ஆகியவைகளைப் பற்றி ஆராய்ச்சி செய்தவர்கள் இதுவரை யாரும் இலர். எனவே, ஆனந்தரங்கப் பிள்ளை, திருவேங்கடம் பிள்ளை, வீரா நாயக்கர் மற்றும் முத்து விஜயத் திருவேங்கடம் பிள்ளை நாட்குறிப்புகளை திறனாய்வு செய்து விடைகளை அறிய வேண்டும்.

பன்னாட்டு வணிகத்தின் மூலம் முதலில் உறவைத் தொடங்கிய ஐரோப்பியக் கிழக்கிந்தியக் கம்பெனிகள், தமிழக அரசியலில் புகுந்து மக்களை அல்லலுக்கு உட்படுத்தினார்கள். வணிகத்தின் மூலம் அரசியலைக் கட்டுப்படுத்த முயல்வதை நாட்குறிப்பாளர்கள் சிறப்பாக உணர்த்துவது தெரிகிறது. சமுதாயச் சீர்கேடுகளை நையாண்டி செய்யாது, ஆனால் எழுத்து மூலம் அவற்றைத் தாக்கி சமூகச்

சீர்திருத்தம் ஏற்படுத்த முயலும் என உணர்ந்து, அவர்கள் நாட்குறிப்பு எழுதுவதாகத் தெரிகிறது. இந்த வகை நாட்குறிப்புகள் எதார்த்தவாத கொள்கையை ஒட்டி பதினெட்டாம் நூற்றாண்டின் சுற்றுப்புறச் சூழ்நிலைகளில் எழுதப்பட்டுள்ளன. நாட்குறிப்பு ஆசிரியர்கள் அவர்கள் வாழ்ந்த காலத்தில் நடைபெறும் நிகழ்ச்சிகள் அனைத்தும் இயற்கையில் நிர்ணயிக்கப்பட்டவாறே நடைபெறுவதாக குறிப்பிடும் முறையிலிருந்து நாட்குறிப்புகளின் சமூகக் கொள்கையை அறிய முடிகிறது.

ஐரோப்பியர்களால் ஏற்பட்ட பொருளாதார, சமுதாய, அரசியல் மாற்றங்கள் மற்றும் குழப்பங்கள் ஆகியவைகளையே நுவல் பொருளாக இந்தத் தமிழ் நாட்குறிப்புகள் உள்ளடக்கியுள்ளன. இந்த நாட்குறிப்புகளின் இலக்கிய உருவம் அல்லது வடிவம் உரைநடையிலேயே உள்ளது. மேலும் நாட்குறிப்பாளர்கள் கையாளும் உத்தி குறிப்பாக வெளிப்படுத்தும் முறை குறிப்பாக அன்றைய தினச் செய்திகளை எளிய நடையில் பேச்சு மொழியில் எழுதப்பட்டுள்ளது குறிப்பிடத்தக்கது.

தமிழ் இலக்கிய வரலாற்றில் நாட்குறிப்பு பற்றிய ஆராய்ச்சி எவ்வளவில் உள்ளது? அதுபெற்றுள்ள இடம் என்ன? நாட்குறிப்புகள் தனித்தன்மையும், பரந்த உலகைத் தழுவிய பாங்கினையும் பெற்றிருக்கின்றனவா? நாட்குறிப்புகளின் போது இலக்கணம், பொருள், தோற்றம், வளர்ச்சி ஆகியவைகள் தொடர்பாக விரிவான ஆய்வுக்கு இடம் உண்டா? மேலும் ஒரே குடும்பத்தினர் ஏன் நாட்குறிப்புகளை எழுதினார்கள் என்ற பல கேள்விகளும் எழுகின்றன. நாட்குறிப்பைப் பயன்படுத்தி உள்ளவர்கள் பலர் நாட்குறிப்பில் குறிப்பிட்டுள்ள செய்திகளை சிறப்புக்கூறுகளாகவே கூறுகின்றனர். திறனாய்வு எதுவும் செய்ய முற்படவில்லை என்பது வெளிப்படை.

திருக்குறள் போன்ற மரபு இலக்கியத்தின் மேல் ரங்கப் பிள்ளை போன்ற நாட்குறிப்பாளர்கள் பெருமதிப்பு வைத்திருந்தனர் என்பது குறிப்பிடத்தக்க ஒன்று. தனது நாட்குறிப்பில் அவர் உபயோகிக்கும் சில குறட்பாக்களிலிருந்து தெரிகிறது. *(21 ஆனி சுக்கில வருஷம்; 6 ஜுலை 1749, 5 கார்த்திகை சுக்கில வருஷம்; 16 நவம்பர் 1749).*

"இதுவரை அவ்விடத்துக்கு வரச்சொல்லி யெழுதி வருகிற ஜாடை என்னவோ, அவரிருக்கிற விசனத்தில் காகிதத்தில் யெழுதி முடியாது. அடுத்தது காட்டும் பளிங்கு போல் நெஞ்சம் கடுத்து காட்டும் முகம் என்ற பெரியார் மொழிப்படி இருக்கிறது. இனி எப்படி நடக்குதோ அறிய வேண்டியது."

"என்னைக் கண்ட உடனே கும்பிட்டு தோன்றிப் புகழோடு தோன்றுக அதில்லார் தோன்றலின் தோன்றாமை நன்று என்கிற திருவள்ளுவர் குறளை சொல்லி சுவாமி உம்முடைய ஜென்மம் திருவள்ளுவர் குறள் கொண்டபடிக்கு பிறப்பித்தார்".

இதுவுமன்றி திருப்பாணாழ்வார் இயற்றிய செய்யுள் நாலாயிர திவ்வியப்பிரபந்தத்தில் உள்ளதை ரங்கப் பிள்ளை நாட்குறிப்பில் காண்கிறோம். மேற்படி செய்யுள் அன்றாடம் வைணவர்களால் சொல்லும் பழக்கம் இருந்ததை அவர் கடைபிடித்திருக்கலாம் என்று நாம் உணர முடிகிறது.

"அமலனாதி பிரான்
அடியார்க்கு என்னை ஆள்படுத்த
விமலன் விண்ணவர்கோன்
விரையார் பொழில் வேங்கடவன்
நிமலன் நின்மலன் நீதிவினவான் நீள்மதில்
அரங்கத்தம்மான் திருக்கமலபாதம் வந்து
என் கண்ணின் உள்ளன் ஒக்கின்றதே"

ஆனந்தரங்கப் பிள்ளை பல தமிழ் இலக்கியங்களை நன்றாக அறிந்துள்ளபடியால் அவரை ஓர் தமிழ் இலக்கிய நேயர் என்று கூறுவது மிகையாகாது. பல செய்யுள் இலக்கியங்களில் உள்ள பாடல்களை தன் நாட்குறிப்பில் குறிப்பிட்டதோடு அல்லாமல், இதர சில செய்யுள்களும் இதுவரை அச்சில் வெளிவராத ஆனந்த ரங்கப் பிள்ளை நாட்குறிப்புச் சுவடியில் உள்ளது.[15]

"கண்ணன் பங்கயகார் முகில்மேனியன்
அண்ணன் திமுதற் பொருளாளரை
விண்ணவர்க் கிறைவன் திருமாற்கழல்
கண்ணுன் நல்கு நலனுறுமின்பமே
கண்ணு மேய்த்திடுங் கண்ணன் கழலினை
யென்றும் போற்றித் தொழுவணுமே"

"சாலலிணக்கம் படித்து ஒண்ணும் ஒண்ணறைக்கும்
தமிழைப்பாடி காலிக்கெழிக்க என் நெஞ்சில்
வேழ்க்கமில்லையா யென்ன கருமஞ் செய்தீர்
மாலை கட்டுங்கோ நீத்தை கொடுத்திறவுங்கோள்
மடம்பெண்ணுங்கோள் பாலரைப் படிப்பியுங்கோள்
கூலிக்காரரைப் பாறுங்கோள் பாவலரோரே
வாருங்கோள் வையகத்தில்"

மேற்சொன்ன இந்தப் பாடல்களை இயற்றியது யார் என்பதை தெளிவாக நாம் அறிய முடியவில்லை. செய்யுள் இயற்றும் திறன் ஆனந்தரங்கருக்கு இருந்ததாகத் தெரியவில்லை. ஆனால் ஒன்று மட்டும் உண்மை. அது என்னவெனில், அவர் நமச்சிவாயப் புலவர், சவ்வாதுப் புலவர், மதுரகவிராயர் மற்றும் ராமகவிராயர் போன்ற பல புலவர்களை ஆதரித்துள்ளார். அவர்கள் ஆனந்தரங்கரைப் புகழ்ந்து பாடல்களை இயற்றியுள்ளனர். இவற்றைத் தனிப்பாடல் திரட்டில் நாம் காண முடிகிறது. இதன் மூலம் அவரின் தமிழ்ப்பற்று வெளியாகிறது.

ரங்கப் பிள்ளையின் நாட்குறிப்பில் பல உவமைகளையும் நாம் காண்கிறோம். இவைகள் அவரது தமிழ் அறிவைப் பலப்படுத்துகின்றன.

"நீங்கள் யிங்கே கீழ்ப்புறமாய் யிருக்கிறபடியினாலே சமீபத்தில் நீங்கள் வந்து நிருவாகம் பண்ணுவீர்கள் யெண்ணு, முழி கண் குருடன் கிணற்றிலே விழுந்தாற் போல் இங்கே வந்து பாளையம் யிறங்கினோம்".[16]

"தமிழர் ஐயாயிரம் பேரும் வெகு முஸ்திதாக நெருப்பு மாயமாய் யிருக்கிறதிலே புதுச்சேரியார் ஆயிரம் பேர் வெள்ளங்காறரும் மாயே சிப்பாய்களும் புறப்பட்டு வந்து பீரங்கியுடன் கொண்டு ஆட்டுக் கிடையில் பெரிய புலி விழுந்தாற் போல நடுவிலே போய் பூந்து தீவானத்து தண்டு மேலே திரும்பினார்கள்".[17]

ரங்கப் பிள்ளை தனது மனைவி மற்றும் தனது தம்பி இறந்த தேதியில் உவமைகளைப் பயன்படுத்தி எழுதுகிறார். தன் மனைவி மங்காத்தாள் 18 ஏப்ரல் 1758இல் இறந்தபோது குறிப்பிடுவதாவது: "அவள் லட்சுமியைப் போல வாழ்ந்து லட்சுமி பாதம் சேந்து அடைந்தாள்."

தன் தம்பி திருவேங்கடம் இறந்தபோது, கீழ்க்கண்டவாறு குறிப்பிடுகிறார். "அவன் போகத்தில் இந்திரனைப் போலும், ஈகையில் கண்ணனைப் போலும், மதியில் யூகி யென்னும் மந்திரியைப் போலும், வீரத்தில் இமயம் போலும், மாட்சியில் மாகடல் போலும், நாற்பத்தோரு ஆண்டுகள் வாழ்ந்தான்."

ஆனந்தரங்கரின் நாட்குறிப்பில் சில வருணனைகள் மிகவும் அழகாக உள்ளன. புதுவை நகரத்தில் குரோதன வருஷம் ஐப்பசி மாதம் 21ஆம் நாள் புயல் காற்றடித்து மக்கள் பட்ட துன்பத்தை கீழ்க்கண்டவாறு வருணிக்கிறார்.[18]

"செத்த ஆடுகளை பட்டணத்துக்குள்ளே அவரவர் வாங்கிவந்து வீடுகளிலே காயப்போட்டிருக்கிற படியினாலே அது காய்கிறதுக்கு

இடமில்லாமல் மழையிலே நனைஞ்சு பட்டணமெல்லாம் தெருவுக்குத் தெரு பிண நாற்றமாய் ரெண்டு மூணு நாள் மட்டுக்கும் வீதியிலே பிறப்படக் கூடாமல் யிப்படி அவஸ்தைப்பட்டு போச்சுது."

மேலும் ஒரு திருமண நிகழ்ச்சியில் நடந்த விவரங்களைக் குறிப்பிட்டு, அதனால் தான் பட்ட துன்பத்தையும் கீழ்க்கண்டவாறு குறிப்பிடுகிறார்.[19]

"ஆனால் நவாத்து வாத்தியம் பின்னையும் வாத்தியங்களும் றாத்திரியும் பகலும் காதுகள் செவிட்டுத்தனமாக தக்கதாக அடிக்குற சத்தத்தினாலேயும்"

இதுவுமன்றி சூழ்நிலைக்கேற்றார் போல நடப்பவர்களைப் பற்றி விபவ வருஷம் கார்த்திகை மாதம் 2ஆம் நாள் அவர் குறிப்பிடுவதாவது:[20]

"முன்னே இங்கிலீஸ்காரர் பேச்சு பெரிதாயும் பிராஞ்சுக்காறர் பேச்சு சத்தே எளிதாய் சொன்னவர்கள் யிப்போ முகத்திலே கரியை பூசிக்கொண்டு தலையை குனிந்து கொண்டு திரியறார்கள்".

ஆனந்தரங்கர் சில முதுமொழிகளைக் குறிப்பிட்டு தன் நாட்குறிப்பில் எழுதியதிலிருந்து அவரது மொழிப் புலமை சற்று வெளிப்படுகிறது. கீழ்க்கண்ட முதுமொழிகளை இங்கு எடுத்துக்காட்டாகக் குறிப்பிடலாம்.

அ. மடியிலே கனமிருந்தால் வழியிலே பயமென்னு பெரியவர் சொல்லுகுறது பொய்யா?[21]

ஆ. கழுதை குதிரை ஆகுமா? என கேட்டால் குதிரை மாத்திரமா? யானையும் கூட ஆகுமென்னு சொல்லிப்போட்டு யிப்புறம் வந்துவிட்டேன்?[22]

இ. உன் மொட்டுக்கு னான் பயந்து போறபோது கிழக்கே உதிக்கிற சூரியன் தெற்கிலே யல்லவா உதிப்பான்?[23]

ஈ. கெல்லின கடப்பாரைக்குப் பதிலாய் யிரும்பு குச்சி யிருக்கிறதும்.[24]

உ. சக்தி சொன்னபடிக்கு தலையாட்டிப் போட்டு, பாடின பாட்டு, பாடிப்போட்டு போனான்.[25]

ரங்கப்ப திருவேங்கடம் பிள்ளையும் தன் நாட்குறிப்பில் முதுமொழிகளைக் குறிப்பிட்டு எழுதும் பழக்கம் உடையவராய் இருக்கிறார். இதற்கு எடுத்துக்காட்டாக கீழ்க்கண்டவைகளைக் குறிப்பிடலாம்.

அ. சோத்துக்கு யில்லாதவனுக்கு சோறு கிடைக்கிற மார்க்கமே நியாயம்.

ஆ. புலியும் பசுவும் ஒரு துறையிலே தண்ணீர் குடிக்கிறபடிக்கு பூர்வத்திலே நடந்தது என்கிற கதைகளின்படிக்கு நடந்தபடியினாலேயும்.

இவ்வாறு நாட்குறிப்பாளர்கள் தங்கள் நாட்குறிப்பை எழுதும் போது செய்யுள்கள், உவமைகள், முதுமொழிகள் ஆகியவற்றைப் பயன்படுத்தி தங்களின் தமிழ்ப் புலமையை வெளிப்படுத்துகிறார்கள். இதுவுமன்றி அவர்களின் வருணனைகள் படிப்பவரின் கவனத்தையும் ஈர்க்கின்றன.

நாட்குறிப்பாளர்களுக்கு சமூக, சரித்திரபூர்வமான பார்வை இருந்திருக்கிறது. இதனால்தான் அவர்கள் தங்கள் நாட்குறிப்புகளை எழுதியுள்ளார்கள். கண்முன்னே நிகழும் சம்பவங்களையும் மாறுதல்களையும் புறக்கணிக்காமல், மரபை மட்டுமே இவர்கள் பற்றிக் கொண்டு இருந்திருப்பார்களேயானால், இவர்கள் எழுதிய நாட்குறிப்புகளில் காலத்தின் சுவடி பதியாமல் போயிருக்கும்.

பதினெட்டாம் நூற்றாண்டின் தமிழ் உரைநடை வளர்ச்சியில் நாட்குறிப்புகள் பெரும்பங்கு வகிக்கின்றன என்பதில் வேறுபட்ட கருத்துக்கள் உறுதியாக இருக்க முடியாது. பத்தொன்பதாம் நூற்றாண்டிலும் இருபதாம் நூற்றாண்டிலும் தமிழ் உரைநடையில் சீர்திருத்தம் கொண்டுவந்த அறிஞர்களும், கன்னித் தமிழ் இயக்கத்தினரும் நாட்குறிப்புகள் எவ்வாறு உரைநடைச் செம்மைக்கு அடிப்படையான அளவில் வழிகாட்டின என்பதை உலகிற்கு பலப்படுத்த முயலவில்லை. குறிப்பாக தினசரி செய்தி இதழ்கள், வார இதழ்கள், மாத இதழ்கள் மற்றும் பருவ இதழ்களில் காணப்படும் தமிழ் உரைநடைகளுக்கு இந்த பதினெட்டாம் நூற்றாண்டு நாட்குறிப்புகளில் உள்ள தமிழ் எவ்வாறு அடித்தளமாய் அமைந்தது என்பதைப் பற்றியும் உணர்த்தவில்லை. மேலும் பத்தொன்பதாம் நூற்றாண்டில் தோன்றிய பலவகைப்பட்ட தமிழ் இலக்கியங்களான புதினம், பிறவரலாறு, தன்வரலாறு மற்றும் பயண இலக்கியங்களுக்கும் தமிழ் நாட்குறிப்புகள் எவ்வாறு முன்னோடியாக வழிகோலின என்றும் அறிவிக்கத் தவறிவிட்டனர். இதனால் நாட்குறிப்புகளின் முக்கியத்துவம் தமிழ் இலக்கிய உரைநடை வரலாற்றில் அறியமுடியாமல் போய்விட்டது என்பது உண்மை.

அடிக்குறிப்புகள்

1. R.E. Asher, 'Aspects de la Litterature en Prose dans le Sud de l'Inde', *Bulletin de Ecole Francaise de Extreme-Orient*, Tome. LX, 1972, pp. 127-128.

2. *தமிழ் பேராசிரியர்கள், தமிழ் ஆராய்ச்சி வரலாறு முதல் தொகுதி*, பச்சையப்பன் ஆய்வரங்கம், சென்னை, *1998*. எஸ். ஜெயசீல ஸ்டீபன், *தமிழில் நாட்குறிப்புகள், செய்தி இதழ்களின் முன்னோடிகள்: 18ஆம் நூற்றாண்டு*, புதுச்சேரி, *1999*, பக்கங்கள் *83-84*.

3. S. Jeyaseela Stephen, *Tamil Language and the Timeless Translations by the Europeans*, Kaveri Books, Delhi, 2021; எஸ். ஜெயசீல ஸ்டீபன், *தமிழ் இலக்கியப் பயணம், 1543-1887: ஐரோப்பியர் மொழிபெயர்ப்புகளின் வழியே*, நியூ செஞ்சுரி புக் ஹவுஸ், சென்னை, *2021;* S. Jeyaseela Stephen, *A History of Tamil Prose through Missionary Texts, Native Diaries, Printed Stories and Colonial Textbooks*, Uyir Pathippagam, Chennai, 2024; S. Jeyaseela Stephen, *The Prayer Translations from Portuguese to Tamil and the Jesuits, 1554-1735: Manuscripts Prepared for the Use of Catholic Converts Preserved in Rome and Paris*, Institute for Indo-European Studies, Puducherry, 2022.

4. S. Jeyaseela Stephen, *The First Catholic Bible in Tamil and Louis Savinien Dupuis at Pondicherry: A History of Translation and Printing*, Immaculate Generalate, Pondicherry, 2017.

5. S. Rajamanickam, The First Oriental Scholar, Palayamkottai, 1972.

6. S. Jeyaseela Stephen, *Missioner Tamil Written and Printed in Pondicherry: Literature and Louis Savinien Dupuis, 1841-73*, Immaculate Generalate, Pondicherry, 2017; ச. இராசமாணிக்கம், வீரமாமுனிவர் தொண்டும், புலமையும், சென்னை *1996*.

7. *The Growth of Tamil Prose Literature in Slow Motion, 1586-1899: The Biography, Autobiography Short-Story, Story and Novel Writing*, Padiman, Kaveripakkam, 2023; சாலினி இளந்திரையன், வாழ்க்கை வரலாற்று இலக்கியம், சென்னை, *1974*.

8. ச. சிவகாமி, தமிழ் வாழ்க்கை வரலாற்றிலக்கியம், சென்னை, *1985;* இரா. ஞானபுஷ்பம், தமிழில் பயண இலக்கியம், சென்னை, *1990;* எஸ். ஜெயசீல ஸ்டீபன், தூய இதய மரியன்னையின் பிரான்சிஸ்கன் சபை சகோதரிகளுக்கு துப்புயீ அடிகளார் தமிழில் எழுதிய சுற்றுமடல்கள், *1863-1873*, காகிதச் சுவடிகளை பதிப்பித்து முன்னுரையுடன், புதுச்சேரி, *2017*.

9. Bibliotheque Natioale, Paris (BNP), Mss. Indien, No. 144, fl. 8 & fl. 12.

10. ஒர்சே. மா. கோபாலகிருஷ்ணன், இரண்டாம் வீரா நாயக்கர் நாட்குறிப்பு, *1778-1792*, சென்னை, *1992*.

11. BNP, Mss. Indien, No. 155, fl. 5v & fl. 6.

12. *ஆனந்தரங்கப் பிள்ளை சொஸ்த லிகித தினப்படி சேதிக் குறிப்பு*, தொகுதி *1 (1736-1746)*, புதுச்சேரி, *1948;* தொகுதி *2 (1746-1746)*, புதுச்சேரி, *1949;* தொகுதி *3 (1746-1747)*, புதுச்சேரி, *1950;* தொகுதி *4 (1747-1748)*, புதுச்சேரி, *1951;* தொகுதி *5 (1748)*, புதுச்சேரி, *1954;* தொகுதி *6 (1748-50)*, புதுச்சேரி, *1956;* தொகுதி *7 (1751-52)*, புதுச்சேரி, *1963*, தொகுதி *8*, பகுதி *1 (1751-52)*, புதுச்சேரி, *1986;* தொகுதி *8*, பகுதி *2 (1752-53)*, புதுச்சேரி, *1988*, தொகுதி *6*, பக்கம் *51*.

13. *முன்சுட்டியது தொகுதி 5, பக்கம் 374-375.*
14. *முன்சுட்டியது, பக்கம் 333-334.*
15. BNP, Mss. Indien, No. 153, fls. 341-342.
16. ஆனந்தரங்கப் பிள்ளை, சொஸ்தலிகித தினப்படி சேதிக் குறிப்பு, தொகுதி *3*, பக்கம் *281.*
17. *முன்சுட்டியது.*
18. *முன் சுட்டியது, தொகுதி 1, பக்கம் 218-219.*
19. *முன்சுட்டியது. தொகுதி 4, பக்கம் 291.*
20. *முன்சுட்டியது. தொகுதி 6, பக்கம் 58.*
21. *முன்சுட்டிது. தொகுதி 3. பக்கம் 265.*
22. *முன்சுட்டியது. தொகுதி 5, பக்கம் 149.*
23. *முன்சுட்டியது. தொகுதி 7, பக்கம் 143.*
24. *முன்சுட்டியது, பக்கம் 245.*
25. *முன் சுட்டியது, தொகுதி 5, பக்கம் 149.*

9
தமிழ் நாட்குறிப்புகளின் வழியே மொழியியல் சிந்தனைகள்

பதினெட்டாம் நூற்றாண்டில் தோன்றிய தமிழ் நாட்குறிப்புகளின் உரைநடை, பேச்சு மொழியில் அமைந்துள்ளது. பேச்சுத் தமிழை எடுத்தாள்வதன் மூலமே தமிழ் மொழிக்கு உயிரையும், உணர்ச்சியையும் ஊட்ட முடியும் என்று நாட்குறிப்பாளர்கள் கருதி உள்ளனர். சாதாரண மக்களுக்குப் புரியும் நடையில் எழுதுவதால் எல்லாவித பயனும் உண்டு என்று அவர்கள் உணர்ந்திருக்கிறார்கள். உரைநடை இப்படித்தான் இருக்க வேண்டும் என்ற ஆராய்ச்சியில் பத்தொன்பதாம் நூற்றாண்டில் இறங்கிய சிலர், கொச்சைத் தமிழை அகற்றிவிட்டு, செந்தமிழ் நடையில் உரைநடை அமைய வேண்டும் என்றும், அப்போதுதான் தமிழ் உரைநடை வல்லமையும், வளமும் பெறும் எனக் கருதினார்கள். இவர்கள் வார்த்தைகளின் அலங்கரிப்பில் மாத்திரம் உரைநடை அமையவில்லை என்பதை மறந்து விடுகிறார்கள். எனவே கொச்சைத் தமிழ் பேச்சளவில் மட்டும் இருக்க வேண்டும் எழுத்தளவில் வரக்கூடாது என்று எண்ணினார்கள். இந்த சமயத்தில் நாம் ஓர் உண்மையை உணர வேண்டும். அதாவது ஓசையிலிருந்து சொற்களும், சொற்களிலிருந்து வாக்கியங்களும், வாக்கியங்களிலிருந்து உரைநடைகளும் வளர்ச்சியடைந்து வருகிறது. உள்ளக் கிளர்ச்சியிலிருந்து நேரிடையாக உருவாகும் கொச்சை தான் பேச்சு மொழியின் அடிப்படை.[1] அது எந்த வரம்பிற்குள்ளும் அடங்காது, அடக்கவும் முடியாது. எனவே தமிழ் நாட்குறிப்பு உரைநடையில் கொச்சைப் பேச்சு மொழியின் இடத்தை நாட்குறிப்பு ஆசிரியர்களால் எழுத்தளவில் தராமல் மறுத்துவிட முடியவில்லை.

ஆரம்பகாலத் தமிழ் உரைநடை மிக எளிதான மொழியில் எல்லா மக்களும் புரிந்து கொள்ளக்கூடிய வகையில் குறிப்பாக படிப்பறிவு இல்லாதவர்களும் தெளிவாக கருத்துக்களைப் புரிந்துகொள்ளும்படி இருந்தது. பேச்சு வழக்கில் உள்ள மொழியை ஆதாரமாகக் கொண்டு எழுதுகின்ற நடை எதுவோ, அதுதான் சிறந்தது என்ற கருத்தை ஐரோப்பிய மத குருமார்களும் கொண்டிருந்தனர்.[2] அதனால்தான் பொதுமக்கள் பேசும் தமிழில் உள்ள சொற்களைப் பயன்படுத்தி தமக்குத் தெரிந்த

நடையிலே தம் புதிய மதக்கருத்துக்களை வெளியிடத் தொடங்கினர். ஆனால் இன்றைய நிலையில் மதிப்பீடு செய்யும்போது பேச்சுத் தமிழ், எழுத்துத் தமிழைவிட தரம் குறைந்ததாக அறிஞர்கள் கருதுகிறார்கள். எழுத்துத் தமிழில் பேச்சுத் தமிழைக் கலக்கலாகாது என்ற புதிய இலக்கிய வழக்கை உண்டாக்குவது இயற்கை நியதியாகாது. உரைநடை வளர்ச்சியே இல்லாத காலத்தில், எழுத்தறிவு ஒரு சிறுபான்மையினருக்கே உரித்தாய் இருந்தபோது, பேச்சுக்கும், எழுத்துக்கும் இடையே இடைவெளி இயல்பாகவே ஏற்பட வாய்ப்பு இல்லை.

ஐரோப்பியர்கள் மட்டுமின்றி தமிழர்களும் உரைநடை வளர்ச்சிக்குப் பாடுபட்டனர் என்பதற்குச் சான்றுதான் புதுச்சேரியில், தரங்கம்பாடியில், வாழ்ந்த பலரால் இயற்றப்பட்ட நாட்குறிப்புகள். தமிழர்கள் செய்த இந்தத் தமிழ்ப் பணி பலருக்கும் தெரியாமல் இருந்தது. நாட்குறிப்பாளர்கள் கல்விஅறிவு குறைந்தவர்கள் என்றும் போதிய தமிழ்அறிவு இல்லாதவர்கள் என்றும் கூறுவது சரியல்ல. இவர்கள் பேசுவதைப் போல எழுது என்ற நடைமுறையைப் பின்பற்றியுள்ளனர். ஐரோப்பிய மதகுருமார்கள் போன்று தமிழில் புதிய கிறிஸ்தவச் சொற்களைக் கண்டுபிடிக்காமல், புதுச்சேரியில், தரங்கம்பாடியில், பேசும் மொழியில் ஏற்படும் மாற்றங்களை தவிர்க்க முடியாமல் பிரெஞ்சு, இதர மொழி சொற்களைப் பயன்படுத்தியுள்ளார்கள்.

நாட்குறிப்புகளில் காணப்படும் எழுத்து முறை

கூட்டெழுத்துக்கள் பாரிசு மற்றும் புதுச்சேரி நாட்குறிப்பு நகல்களில் உள்ளன. பதினெட்டாம் நூற்றாண்டில் தமிழ் மொழி பயின்ற வீரமாமுனிவர் தனக்கு ஏற்பட்ட அனுபவ இடர்பாடுகளைக் கொண்டு தமிழ் எழுத்துக்களின் வரி வடிவைப் பற்றி நான்கு இடங்களில் குறிப்பாக தொன்னூல் விளக்கம், சதுரகராதி, தமிழ்-லத்தீன் அகராதி, கொடுந்தமிழ் லத்தீன் இலக்கணம் ஆகியவற்றில் தம் கருத்தைத் தெரிவிக்கின்றார்.[3] எழுத்து சிக்கலைப் பற்றி குறிப்பிடும் போது அவைகள் மூன்று வகைப்படும் என்று குறிப்பிட்டு, முறையே ரகர வேறுபாடு, எகர-ஒகர குறில்-நெடில் வேறுபாடு மற்றும் மெய் எழுத்துக்கள் புள்ளி பெறாது வருதல் ஆகியன என்று தெளிவுபடுத்துகிறார். வீரமாமுனிவர் காலத்தை ஒட்டி ஆனந்தரங்கப் பிள்ளை, திருவேங்கடம் பிள்ளை போன்ற இந்த நாட்குறிப்பாளர்கள் வாழ்ந்தவர்கள் ஆதலால் அவர் சொல்கின்ற நடைமுறை நாட்குறிப்பில் உள்ளதா என்றும் அவர் ஏற்படுத்திய எழுத்துச் சீர்திருத்தத்தின் தாக்கம் பற்றியும் காண்போம்.

i) ர என்ற எழுத்து மேலே கோடிட்டால் அது ரகரமாக வழங்கும் முறையும், மேலே கோடிடாவிட்டால் அது நெடிலாக வழங்கும் முறையும் சென்னையிலுள்ள ஆவணக்காப்பக நாட்குறிப்பு நகலில் காணப்படுகிறது.

ii) எகர, ஒகர குறில் மீது கோடு மட்டும் இடப்பட்ட வழக்கம் சென்னை நகலில் மட்டும் காணப்படுகிறது. வீரமாமுனிவர் கொண்டிருந்த எகர, ஒகர வேறுபாடு சீர்திருத்தம் எந்த நாட்குறிப்பிலும் நாம் காணமுடியவில்லை. பிரெஞ்சு நிறுவன நகலிலும், பாரிசு நகலிலும் கெ, கே, கொ, கோ (ஒற்றை சுழி, இரட்டை சுழி) ஆகிய குறில், நெடில் வேறுபாடு காண முடிவதில்லை. இதிலிருந்து வீரமாமுனிவரது முறை தமிழர்களால் பெருமளவில் ஏற்கப்படவில்லை என்பது புலனாகிறது.

iii) குறிலை, நெடிலாக படிக்கும் மயக்கம் ஒளிந்து தெளிவு ஏற்பட வீரமாமுனிவர் சீர்திருத்தம் செய்தாலும் எந்தவொரு நாட்குறிப்பு பிரதியிலும் காணப்படவில்லை.

iv) எழுத்து முறையில் மெய் எழுத்துகளுக்கு புள்ளியிடும் பழக்கம் பதினெட்டாம் நூற்றாண்டில் இல்லாததால், மெய் எழுத்துக்கள் புள்ளி பெறாது வரும் முறை மட்டுமே எல்லா நாட்குறிப்பு நகல்களிலும் காணப்படுகிறது.

v) முடிவாக, உயிர்மெய்யாக வரும் எகர ஒகரங்களில் வரும் கொம்பு, நெடிலைச்சுட்ட கே, கோ போல மேலே சுழி பெறுவதும், சுழி பெறாத வழி, கெ, கொ போலக் குறிலாக வழங்குவதும் ஒகார நெடிலும் கீழே சுழி பெறுவதும் வீரமாமுனிவர் செய்த சீர்திருத்தம். இந்தச் சீர்திருத்தத்தின் தாக்கங்கள் நாட்குறிப்பு நகலெடுப்போர் பத்தொன்பதாம் நூற்றாண்டின் அளவிலும் கையாளப்படாதது குறிப்பிடத்தக்கது.

நாட்குறிப்புகளின் மொழியியல்

ரங்கப்ப திருவேங்கடம் பிள்ளை நாட்குறிப்பில் வரும் சில சொற்களில் குறிப்பாக நான்கு கப்பல், மூணு கப்பல் என குறிப்பிடும்போது ஒருமைக்கும், பன்மைக்கும் வேறுபாடு இல்லை என்று நாம் கருத வேண்டியுள்ளது. நாட்குறிப்பினை ஆராயுங்கால் நகல்களை எழுதும்போது காதால் கேட்டுச் சுவடியை எழுதி சந்திப்

பிழை ஏற்பட்டதா அல்லது பார்த்து எழுதுங்கால் தன் அறிவுக்கேற்ப நகலெடுப்போர் சொற்களை மாற்றியமைத்ததால் நிகழ்ந்ததா என்று அறியமுடியவில்லை. இருப்பினும் நாட்குறிப்பில் உள்ள பல சொற்களின் அடிப்படையில் மொழியியல் ஆய்வினை நாம் மேற்கொள்ளலாம். அவற்றின் நெடுங்கணக்கு வரிசை கீழ்வருமாறு:

i) அகரம் இ கரமாதல்: வஞ்சனை - வஞ்சினை.

ii) சில சொற்களில் வரும் அ-இ ஆக மாறுதல், குறிப்பாக தொடர்ந்து வரும் எழுத்து இ ஆக இருந்தால். எடுத்துக்காட்டாக பூசணி-பூசிணி, தேவடியாள்-தேவிடியாள்.

iii) வடமொழியிலிருந்து தமிழுக்குச் சொற்கள் கடன் வாங்குமிடத்து உச்சரிப்பில் அ-ஏ ஆக மாறும். பலம்-பெலம், கதி-கெதி, தண்டம்-தெண்டம்.

iv) இ கரம் யிகரமாக மாறுதல் : இரண்டு - யிரண்டு, இந்த - யிந்த.

v) இடையில் வரும் இ எழுத்து அ மற்றும் உ ஆக மாறுதல். கயிறு - கயறு, குடிக்கூலி - குடக்கூலி, அடிமை-அடுமை.

vi) ஈ - யீ காரமாக மாறுதல் : ஈழம் - யீழம்.

vii) ள கரம், யெ காரமாக எழுதப்பட்டுள்ளன : எருது - யெருது, எப்பேர்ப்பட்ட - யெப்பேர்ப்பட்ட, எங்கள் - யெங்கள்

viii) ஏ - யே காரமாக மாறுதல் : ஏடு - யேடு, ஏழு - யேழு.

ix) ஆரம்பத்தில் உள்ள ஐ எழுத்தைத் தொடர்ந்து மெய் எழுத்து வரும்போது அ என்று மாறுதல். ஐந்து - அஞ்சு, ஐம்பது - அம்பது.

x) சொற்களின் ஆரம்ப ஒ சில சமயங்களில் உ ஆக மாறுதல் (ஆனால் உ அல்லது ஐ கொண்டிருந்தால் மட்டுமே) கொடு-குடு, தொகை-துகை, பொது-புது.

xi) தகரம், சகரமாக எழுதப்பட்டுள்ளது. த்த என்ற எழுத்து ச்ச என்று மாறுதல். (இ அல்லது ஐ பின்னால் வந்தால்) மிதித்த - மிதிச்ச, படித்த-படிச்ச, கழித்த - கழிச்ச, அழைத்த - அழைச்ச, நியமித்த - நியமிச்ச, சம்மதித்து - சம்மதிச்சு, நசித்து - நசிச்சு.

xii) நகரத்திற்கு ன கரம் மங்கியுள்ளது. நாகூர் - னாகூர், நாகப்பட்டணம் - னாகப்பட்டணம், நாள் - னாள், நாயக்கர் - னாயக்கர், நாடு - னாடு, நாட்டாமை - னாட்டாமை, நயினார் - னயினார்.

xiii) சில சொற்களில் ந் என்ற எழுத்து ஞ் ஆக மாறுகிறது. (முன்னால் இ, ஐ, ஒய் இருந்தால்) இடிந்த - இடிஞ்ச, பிரிந்த - பிரிஞ்ச.

xiv) மொழி முதல் யகரம் மறைந்து ஆ என்று வருதல். யானை - ஆனை, யாண்டு - ஆண்டு, யார் - ஆர்

xv) ய கர ஒற்று கரச் சாரியை பெற்று எழுதப்பட்டுள்ளது. தை - தையி

xvi) முதலிலும், இடையிலும் ர கரம் ற கரமாக நாட்குறிப்பில் எழுதப்பட்டுள்ளது. ராமலிங்கம் - றாமலிங்கம், ராசா - றாசா, கிராமம் - கிறாமம், தர்மம் - தற்மம், ரொம்ப - றொம்ப, வீரராம - வீரறாம.

xvii) ற கரம் தகர மாக எழுதப்பட்டுள்ளது. மற்றும் - மத்தும், பெற்ற - பெத்த, முற்றிலும் - முத்திலும்.

xviii) ன்னு என்பது ண்ணு ஆக மாறுதல். ஒன்று - ஒண்ணு, மூன்று - மூணு, கன்று - கண்ணு.

காலத்துக்குக் காலம் தமிழ்மொழி மாற்றம் அடைந்து வந்து பரிணாம வளர்ச்சியைக் கண்டிருந்தாலும் பதினேழாம் நூற்றாண்டுக்குப் பின்னரே பேச்சுத் தமிழ் முழுக்க முழுக்க தமிழ் உரைநடையில் இடம் பெற்றுள்ளது. வரலாற்று மொழியியல் நோக்கில் நாட்குறிப்பினை அணுகும்போதுதான் தமிழ் மொழியின் வளர்ச்சியை அறிய முடிகிறது.

நாட்குறிப்புகளில் காணப்படும் பிறமொழிச் சொற்கள்

ஆனந்தரங்கப் பிள்ளை, ரங்கப்ப திருவேங்கடம் பிள்ளை. வீராநாயக்கர் மற்றும் முத்து விஜயத் திருவேங்கடம் பிள்ளை ஆகியோரது நாட்குறிப்புகளில் பயன்படுத்தப்பட்ட பிரெஞ்சு சொற்கள் (பிற மொழி) பேச்சுமொழியில் கலந்து தமிழ் உரைநடை வளர்ச்சி ஏற்பட்டதற்குச் சான்றாகக் கொள்ளலாம். தமிழ் உச்சரிப்பில் பிரெஞ்சு பெயர்ச் சொற்கள் பற்றியும், அவற்றோடு இணைகின்ற ஒட்டுக்கள் பலவற்றைப் பற்றியும் வாக்கியங்களில் காணப்படும் பல்வேறு சொற்களின் முறைவைப் பற்றியும் தனியே ஆராய வேண்டி இருக்கிறது. மேலும் நாட்குறிப்பாளர்கள் நாட்குறிப்பு எழுதும்போது தமிழ்மொழியிலே உள்ள ஒலி வடிவமைப்பு பாணியில் அல்லது வரி வடிவமைப்பு பாணியில் இதர பிரெஞ்சு சொற்களைக் கையாண்டார்களா என்ற விரிவான ஆய்வும் தேவை.

தமிழ் உச்சரிப்பு	பிரெஞ்சு சொல்	பொருள்
ரசீயம்	Ration	பங்கீடு
சக்கிறத்தார்	Secretaire	செயலாளர், காரியதரிசி
ஒடுதி	Ordre	வரிசைக்கிரமம், உத்தரவு
மறெனர்	Marins	மாலுமி
துவான்	Douane	சங்கச் சாவடி
மத்தலோது	Matelot	கப்பலோட்டி
கப்பிரீயோர்	Superieur	மேலதிகாரி
சொல்தாதுகள்	Soldats	போர்வீரன்
அபித்தாம்	Habitants	குடியிருப்பவர்கள்
அம்பிலுயர்	Employes	வேலையாட்கள்
புருஷ்வா	Bourgeois	பணக்காரன்
கும்பினிர்	Compagnie	கம்பெனி
கப்பித்துலசாம்	Capitulation	நிபந்தனைகள் கொண்ட ஒப்பந்தம்
மொடுத்தியே	Mortier	உயர் கோணங்களில் குண்டுகளை அனுப்பும் பீரங்கி
காடுது	Garde	மெய்க்காப்பாளன்
சாம்பிறா	Chambre	தங்கும் அறை
பமீயி	Famille	குடும்பம்
இசுப்பித்தால்	Hospital	மருத்துவமனை
முய்ஸ்த்தீஸ்	Justice	நீதி, நியாயம்
பெத்திஷாம்	Petition	விண்ணப்பம், மனு
மெம்முவார்	Memoires	நினைவுக்குறிப்பு
கப்பித்தான்	Capitaine	தலைவன்
மையோரும்	Maire	நகரத்தந்தை
சாம்புரு	Chambre	அறைக்குள்ளே
பிறகேத்து	Fregate	போர்க்கப்பல்
லிவ்ரே	Livre	புத்தகம், சுவடி
படுத்திக்கொல்லேர்	Particulier	குறிப்பிட்ட
சினால்கள்	Signal	அடையாளக்குறி

கும்மாந்தான்	Commandant	படைத்தலைவன்
குமுசாறுகள்	Commissaire	விசாரணை அதிகாரி
சுமாரில்	Summer	வேனிற் காலம்
சன் லூயி	St. Louis	புனித லூயிஸ்
போம்பு	Bombe	வெடிகுண்டு
பிறிசனோராய்	Prisonnier	போர்க்கைதிகள்
கொன்சேலியேர்	Conseiller	ஆலோசனைக் கூறுபவர்
றெப்பு சாம்பலுடனே	Chambre de Repos	ஓய்வெடுக்கும் அறை
ஈந்தை	Inde	இந்தியா
ஒப்பிசேர்	Officier	அதிகாரி
துருப்பாத்து	Tributaire	கப்பம் கட்டுகிற
பசுப்போர்த்து	Passeport	கடவுச்சீட்டு
சிகுந்து	Second	இரண்டாவது
பம்பூறு	Pomp	ஆடம்பரம்
குடுத்தியேர்	Courtier	தலைவன்
போத்தேல்	Boutille	புட்டி
சோமும்	Somme	கூட்டுத்தொகை
போயிண்டர்	Pointeur	துப்பாக்கி சுடும் ஆள்

நாட்குறிப்பில் பிரெஞ்சு சொற்கள் ஏராளமாகப் பயன்படுத்தப்பட்டு இருந்தாலும், சில போர்ச்சுக்கிசிய சொற்களும், புதுச்சேரி மக்களின் பேச்சு வழக்கில் இருந்துள்ளது என்பதைக் காண முடிகிறது.

தமிழ் உச்சரிப்பு	போர்ச்சுக்கீசிய சொல்	பொருள்
சகலாத்து	Escarlota	துணி
சாவி	Chave	திறவுகோல்
பீப்பாய்	Pipa	பீப்பாய்
வேவு	Veu	உளவு
குசினி	Cozinha	சமையலறை
சாக்கு	Saco	சாக்கு
கோவர்ணதோர்	Governador	ஆளுநர்

நாட்குறிப்பாளர்கள் பிறமொழிச் சொற்களை தமிழில் எழுதும் போது, தாய்மொழியில் ஒலி இயல்புக்கு ஏற்ற வகையிலே மாற்றி அச்சொற்களை தனதாக்கிக் கொள்ளும் பாணியில் எழுதியிருக்கிறார்கள். இந்த பிறமொழிச் சொற்களின் உச்சரிப்புகளைக்கூட தன் போக்கிற்கு ஏற்க தமிழில் ஒலிக்க முற்பட்டிருக்கிறார்கள். இவ்வாறு இந்திய-பிரெஞ்சு கருத்துப் பரிமாற்றத்தின்போது ஐரோப்பிய மொழிச் சொற்களை தமிழ் ஏற்காமல் இருக்க முடியவில்லை.

முகமதியர்களின் அரசியல் ஆதிக்கத்தினால் பதினேழாம், பதினெட்டாம் நூற்றாண்டுகளில் பாரசீகம் மற்றும் அரபுச் சொற்கள் பேச்சுத் தமிழில் கலந்துவிட்டன. நிர்வாகம் தொடர்பான பாரசீகம் மற்றும் அரபுச் சொற்கள் தமிழ்ச் சொற்களாகவே மாறிவிட்டன. இருப்பினும் பெருமளவில் தமிழர்கள் பாரசீகமோ, இந்துஸ்தானியோ, அரபு மொழியையோ அறியவில்லை. பேச்சுத் தமிழிலும், எழுத்துத் தமிழிலும் இஸ்லாமியச் சொற்கள் இரண்டறக் கலந்துள்ளது, பதினெட்டாம் நூற்றாண்டு நாட்குறிப்புகள் மூலம் புலனாகிறது.

தமிழ் உச்சரிப்பு	அரபுச் சொல்
மகமை	Muhimm
தாக்கீது	Takid
பாக்கி	Baqi
அமுல்	Amai
ரொக்கம்	Raqm
நசீர்	Nazir
முன்சீப்பு	Munsif
ராசி	Razi
வக்கீல்	Wakil
சன்னது	Sanad
மாப்பு	Muaf
சலாம்	Salam
சாய்பு	Sahib
நகரா	Naqara
முஸ்தீது	Mustaidd
காயம்	Kaum

தமிழ் உச்சரிப்பு	பாரசீகச் சொல்
குல்லா	Kulah
கொத்துவால்	Kotwal
ரசீது	Rasid
பிராது	Faryad
தர்பார்	Darbar
திவான்	Diwan
யாதஸ்து	Yad-dasht
காகிதம்	Kaghidh
சிப்பாய்	Sapiahi
துப்பாக்கி	Tupak
பீரங்கி	Frangi
சவாரி	Suwari
சுபேதார்	Subadar
நங்கூரம்	Langar
தம்பூர்	Tambur
சாமான்	Saman
ஜல்தி	Jaldi

தமிழ் உச்சரிப்பு	இந்துஸ்தானிச் சொல்
தொப்பி	Topi
பாகை	Pag
டெலி	Doli
லக்கோடா	Lakhoda
உண்டி	Hundi
தமுக்கு	Dhamk
பேட்டி	Bheti
டங்கா	Danka
சீட்டு	Chitthi
ராத்தல்	Rattal
அமுல்	Amul
ரொக்கம்	Roque
குத்தகை	Kuttai

வடமொழிச் சொற்கள் தமிழில் பெருமளவில் எழுத்து மொழியில் உபயோகிக்கப்பட்டுள்ளது.

தமிழ் உச்சரிப்பு	வடமொழிச் சொல்
உபயம்	Ubhaya
கலசம்	Kalasa
காரியம்	Karya
சந்தானம்	Santhana
சேவகம்	Sevaka
தர்மம்	Dharma
தனம்	Dhana
நியாயத்தார்	Nyayastha
காலம்	Kala
சுங்கம்	Sunga
பயணம்	Prayana
மச்சம்	Matsya
உபேஷை	Ubesha
சம்பிரமம்	Samprama
ஸ்திரீகள்	Stree
ஸ்லோகம்	Sloka
தோஸ்தரம்	Sthothra

பல நூற்றாண்டுகளாக சமஸ்கிருதத்திலிருந்து சொற்கள் கடன் வாங்கும் பழக்கம் தமிழில் இருந்தபடியால் பிரெஞ்சு, போர்ச்சுக்கீசியம், அரபு, பாரசீகம், இந்துஸ்தானி ஆகியவற்றிலிருந்தும் சொற்களைக் கடன் வாங்க தடையில்லாமல் இருந்துள்ளது இதன் மூலம் தெரிகிறது. முடிவாக சொல்லப்போனால், தொல்காப்பியர் காலத்திலேயே இடத்திற்கு இடம் பேச்சு மொழி வேறுபட்டு இருந்துள்ளது. அந்தப் பேச்சு மொழிச் சொற்களை திசைச் சொற்கள் என்று தொல்காப்பியர் கூறுகிறார்.⁴ எனவே புதுச்சேரி நகரில் பதினெட்டாம் நூற்றாண்டில் பேச்சு மொழி பிரெஞ்சுக்காரர்களின் வருகையினால் மாறியுள்ளது என்பது புதிதல்ல. புதுச்சேரியின் வட்டார வழக்கினை ஆராய்வதற்கு இந்த தமிழ் நாட்குறிப்புகள் பெரிதும் உதவும்.

அடிக்குறிப்புகள்

1. R.P. Sethu Pillai, *Words and their Significance: Tamil Literary and Colloquial*, Madras, 1974; Somalay, *European Impact on Modern Tamil Writing and Literature*, Trivanduram, 1976; பொன். கோதண்டராமன், செந்தமிழ், சென்னை, 1974; கோ. சிவத்தம்பி, தனித்தமிழ் இயக்கத்தின் அரசியல் அடிப்படைகள், சென்னை, 1979.
2. வி. செல்வநாயகம், தமிழ் உரைநடை வரலாறு, சென்னை, 1957, பக்கம் 78.
3. Meenakshi Sundaram, *The Contributions of European Scholars to Tamil*, Madras, 1974; செ. வை. சண்முகம், எழுத்துச் சீர்திருத்தம், அண்ணாமலை நகர், 1978; ச. ராசமாணிக்கம், வீரமாமுனிவர் தொண்டும், புலமையும், சென்னை, 1996, பக்கம் 17.
4. தொல்காப்பியம், சொல்லதிகாரம், *(400)* "செந்தமிழ் சேர்ந்த பன்னிரு நிலத்தில் தற்குறிப்பனவே திசைச் சொற்கிளவி".

10

குருவப்ப பிள்ளை மற்றும் திருவேங்கடம் பிள்ளையின் கிடைக்கப் பெறாத தமிழ் நாட்குறிப்புகள்: 1720-24, 1746

புதுச்சேரியின் ஆளுநர் ஹேபார் என்பார் சென்னையிலிருந்த நயினியப்ப பிள்ளை என்ற வணிகரைத் தன் துபாசியாக 1709ஆம் ஆண்டு நியமித்து பிரெஞ்சுக் கம்பெனி வர்த்தகத்துக்கு உதவி செய்யக் கோரினார். தமிழருடன் ஏற்பட்ட வியாபாரம் மற்றும் சகல பிரச்சனைகளைத் தீர்க்கவும், தமிழர் கலாச்சாரங்களை அறிந்து பிரெஞ்சுக் கம்பெனி ஆளுநருக்கு உதவவும், நாளடைவில் பணிக்கப்பட்ட நயினியப்ப பிள்ளை கிறிஸ்தவர் அல்லாதவராகையால் கம்பெனியின் முகவராக நியமிக்கக் கூடாது என்று யேசு சபை குருக்கள் கருத்து வெளியிட்டனர். பியர் புஸ்சே என்பார் தான் எழுதிய 18, ஜூலை 1714ஆம் தேதிய கடிதத்தில் இந்து சமயத்தைச் சேர்ந்த துபாசியைப் புதுச்சேரியின் புதிய ஆளுநர் துலிவர் நீடிக்க வைக்கிறார் என்று குற்றம்சாட்டினார்.[1] மேலும் கிறிஸ்தவர்களை மட்டுமே அப்பணியில் அமர்த்தவேண்டும் என்றும் பிரான்சு மன்னருக்கு வேண்டுகோள் விடுத்தார். 1715ஆம் ஆண்டு புதுச்சேரியில் இந்து சமயச் சடங்குகளை நிறைவேற்ற தடைசெய்து ஆணை பிறப்பித்தபோது புதுச்சேரி நகரை விட்டு இந்துக்கள் வெளியேறினார்கள். இந்த முக்கிய நிகழ்ச்சிக்குக் காரணமாக நைனியப்ப பிள்ளை செயல்பட்டார் என்று அவர் மீது வீண்பழி சுமத்தியதோடு, கம்பெனியின் பணம் கையாடல் செய்ததாகவும் குற்றம் சாட்டப்பட்டு நைனியப்பாவை 5, மாசி மன்மத வருஷம் காவலில் இட்டு சிறையில் அடைத்தார்கள்.[2] இந்த வழக்கு 29, பிப்ரவரி 1716இல் தொடங்கியது. தெலா பிரதிஸ்தோர் இந்த வழக்கை விசாரித்து தீர்ப்பளித்தார். நயினியப்ப பிள்ளை 18, ஆகஸ்டு 1717இல் காலமானார்.[3]

சிறையில் இருந்து தன் தந்தை மரணமடைந்ததைத் தொடர்ந்து பிரான்சு மன்னரிடம் முறையிட வேண்டி அவரது மகன் குருவப்ப பிள்ளை பாரிசுக்குச் சென்றார். இச்சமயத்தில் நயினியப்ப பிள்ளைக்கு

வழங்கிய தீர்ப்பு செல்லாது என்று அப்போதைய ஆளுநரான துய்மா 20, ஜனவரி 1719இல் தீர்ப்பளித்தார். பிரான்சு சென்ற குருவப்ப பிள்ளை கிறிஸ்துவ மதத்தைத் தழுவினார். அன்னாருக்கு 8 அக்டோபர் 1720ஆம் ஆண்டு மன்னனின் அரண்மனையில் திருமுழுக்கு வழங்கப்பட்டது.[4] மன்னரும் அவர் மனைவியும் ஞானப்பெற்றோர் ஆனார்கள். அன்னார் அன்று முதல் சார்லஸ் பிலிப் குருவப்பா என்று அழைக்கப்பட்டார். மேலும் 28 பிப்ரவரி 1721இல் நைட் ஆப் செயின்ட் மைக்கிள் என்ற பட்டமும் வழங்கப்பட்டது. இதுவுமன்றி புதுச்சேரிக்கு 16 ஆகஸ்டு 1722இல் திரும்பிய குருவப்பா 18ஆம் தேதி முதல் தமிழர்களின் தலைவராகச் செயல்பட்டார்.[5] இவர் 1724ஆம் ஆண்டு இறந்தார்.

குருவப்ப பிள்ளை நாட்குறிப்பு, 1720-24

குருவப்ப பிள்ளை ஒரு சுறணால் (Journal, நாட்குறிப்பு) எழுதி பராமரித்தது பற்றியும் அதில் உள்ள விவரங்கள் தொடர்பாக ஆனந்தரங்கப் பிள்ளையை 28 ஆகஸ்டு 1753ஆம் ஆண்டு புதுச்சேரி கவர்னரான டியூப்ளே விசாரிக்கும்போது நாட்குறிப்பு இருந்ததாக நாம் அறிகிறோம்.[6]

"யேறோப்பு ராச்சியத்து சரித்திரமெல்லாம் நண்ணாய் கேள்விப்பட்டிருக்கிறாய் யெண்ணு சொல்லி குருவப்ப பிள்ளை சுறணாலிலே யென்ன யெழுதி யிருக்குறாணெண்ணும், யிங்கிலித்து ராசாவுடையும் பிறாஞ்சு ராசாவுடையும் யென்ன யெண்ணு கேட்டார்".

மேலும் பிரெஞ்சுக்காரர்களைப் பற்றியும், ஆங்கிலேயர்களைப் பற்றியும் குருவப்ப பிள்ளை என்ன சொல்லியுள்ளார் என்று நாட்குறிப்பை படித்த ஆனந்தரங்கப் பிள்ளையிடம் டியூப்ளே விசாரித்ததாகத் தெரியமுடிகிறது. மேற்சொன்ன குருவப்ப பிள்ளை, ஆனந்தரங்கப் பிள்ளையின் மாமா என்பது குறிப்பிடத்தக்கது. அன்னாரது நாட்குறிப்பு இந்நாள் வரை கிடைக்கப் பெறவில்லை. எனவே இதுவரை நிலவி வந்த கருத்தான ஆனந்தரங்கப் பிள்ளை தமிழில் நாட்குறிப்பு முதலில் எழுதியவர் என்ற கருத்து வரலாற்று உண்மையில்லை என்று தெரிகிறது.

திருவேங்கடம் பிள்ளை நாட்குறிப்பு, 1746

ஆனந்தரங்கப் பிள்ளையின் உடன்பிறந்த இளைய தமையரான திருவேங்கடம் பிள்ளை நாட்குறிப்பு ஒன்று எழுதி பராமரித்தது இன்றுவரை கிடைக்கப் பெறவில்லை. இவர் டிசம்பர் மாதம் 7ஆம் தேதி திங்கட்கிழமை 1713இல் பிறந்தார்.[7] அன்னார் 10 ஜூன் 1735இல்

காளத்தியம்மாளை செங்கல்பட்டில் திருமணம் செய்து கொண்டார். இவருக்கு திரிபுரசுந்தரி (ராஜராஜேஸ்வரி), மற்றும் குழந்தையம்மாள் என்ற மகள்களும், அப்பாவு என்ற திருவேங்கடம், என அழைக்கப்பட்ட ஒரு மகனும் இருந்தான்.[8] புதுச்சேரி கவர்னர் டியூப்ளே அவர்கள் சென்னையை முற்றுகையிட்டபோது திருவேங்கடம் பிள்ளையைத் துபாசியாக நியமித்து ஆணை பிறப்பித்தார். மேலும் சென்னை முற்றுகைக்காக பிரெஞ்சு இராணுவத் தளபதி லபோர்தோனே அவர்களை 11 செப்டம்பர் 1746இல் சென்னைக்குப் பயணமாக அனுப்பி வைத்தார். அதன் பின்னர் சென்னையில் நடக்கும் அன்றாட நிகழ்ச்சிகளைத் தொகுத்து எழுத வேண்டி 13 செப்டம்பர் (அட்சய வருஷம் புரட்டாசி முதல் தேதி, மங்கள வாரம்) 1746இல் திருவேங்கடம் பிள்ளையை அனுப்பினார். இதுபற்றி ஆனந்தரங்கர் தம் நாட்குறிப்பில் குறிப்பிடுவதாவது:[9]

"அங்கே நடக்கிற காரியமெல்லாம், அப்போதைக்கப்போது யெழுதி யனுப்ப சொல்லி, தினசரி நடக்கிறதையெல்லாம் அன்றாடம் நடக்கிற தஸ்திரத்திலே வயணமாய் யெழுதி வைக்க சொல்லியும், உன் தம்பிக்கு யெழுதி யனுப்பி, அன்றாடம் நடக்கிற சமாசாரம் யெழுதி யனுப்ப சொல்லு."

மேலும் தினசரி நாட்குறிப்பில் தவறாது அனைத்து விவரங்களையும் குறிப்பிட்டு எழுத வேண்டி ஒரு தஸ்திரமும், பத்து பேனாக்களும் 14 செப்டம்பர் 1746இல் ஆனந்தரங்கரால் அனுப்பி வைக்கப்பட்டுள்ளது. இதுபற்றி அவர் தன் நாட்குறிப்பில் குறிப்பிடுவதாவது:[10]

"வீட்டுக்கு வந்து, தம்பிக்கு அவ்விடத்திலே நடக்கிற சமாசாரத்துக்கு அப்போதைக்கப்போது யெழுதி தபாலிலே யனுப்ப சொல்லியும், அங்கே நடக்கிறதை தினசரி யெழுத சொல்லி ஒரு புஸ்தகமும், காகிதமும், யெழுதுவதற்கு இரண்டு தஸ்தா பறக்களா காகிதமும், செகப்பு அரக்கு கொம்பு ஒண்ணும், இறகு பத்தும், தம்பிக்கு காகிதமும் தபாலிலே கொடுத்தனுப்பிவிச்சோம்."

எனவே திருவேங்கடம் பிள்ளை நாட்குறிப்பினை தவறாமல் எழுதி புதுச்சேரிக்கு 14 அக்டோபர் 1746 திரும்பும் வரை எழுதியிருக்க வேண்டும். இந்த நாட்குறிப்பு என்ன ஆயிற்று என்று இதுவரை தெரியவில்லை. இதுவுமன்றி இவர் தனது நாற்பதாவது வயதில் மரணமடையும் வரை (8 செப்டம்பர் 1754) நாட்குறிப்பு எழுதினாரா என்ற கூடுதல் விவரங்களையும் நாம் அறிய முடியவில்லை.

அடிக்குறிப்புகள்

1. Paul Olangier, *Les Jesuits a Pondichery et l'Affaire Naniapa*, Paris, 1932.
2. முன் சுட்டியது.
3. முன் சுட்டியது.
4. Eric Nagarvala, *Benois Dumas of the French East India Company*, Ph.D. Dissertation, Deccan College, Pune, 1945.
5. முன் சுட்டியது.
6. ஆனந்தரங்கப் பிள்ளை சொஸ்த லிகித தினப்படி சேதிக் குறிப்பு, தொகுதி 1 *(1736-1746)*, புதுச்சேரி, *1948*; தொகுதி 2 *(1746-1746)*, புதுச்சேரி, *1949*; தொகுதி 3 *(1746-1747)*, புதுச்சேரி, *1950*; தொகுதி 4 *(1747-1748)*, புதுச்சேரி, *1951*; தொகுதி 5 *(1748)*, புதுச்சேரி, *1954*; தொகுதி 6 *(1748-50)*, புதுச்சேரி, *1956*; தொகுதி 7 *(1751-52)*, புதுச்சேரி, *1963*, தொகுதி 8, பகுதி 1 *(1751-52)*, புதுச்சேரி, *1986*; தொகுதி 8, பகுதி 2 *(1752-53)*, புதுச்சேரி, *1988*, தொகுதி 8, பக்கம் 404 *(28 செப்டம்பர் 1753).*
7. முன் சுட்டியது, தொகுதி 1, பக்கம், 223.
8. முன் சுட்டியது, பக்கம், 224.
9. முன் சுட்டியது, அட்சய வருஷம், 1 புரட்டாசி நாட்குறிப்பு பதிவு *(13 செப்டம்பர் 1746).*
10. முன் சுட்டியது, அட்சய வருஷம், 2 புரட்டாசி நாட்குறிப்பு பதிவு *(14 செப்டம்பர் 1748).*

11

முடிவுரை

பிரான்சு நாட்டிற்கும், தமிழ் நாட்டிற்கும் இடையே பதினெட்டாம் நூற்றாண்டின் தொடக்கத்திலிருந்து சிறப்பாய் நடைபெற்ற கடல் வாணிபத்தின்போது புதுச்சேரியை பிரெஞ்சுக்காரர்கள் தலைமையிடமாக அமைத்துக் கொண்டார்கள். இவர்களின் வருகையினால் தமிழ்ச் சமுதாயத்தில் பண்பாட்டு மாற்றங்கள் நிகழ ஆரம்பித்தன. பிரெஞ்சு மொழியின் பயனாக புதுச்சேரி தமிழர்களின் பேச்சு மொழியில் பிரெஞ்சு மொழியின் கலப்பு ஏற்பட்டது. தமிழர்கள் பலர் தாய்மொழியில் நாட்குறிப்புகள் எழுத ஆரம்பித்தார்கள். இந்த நாட்குறிப்பாளர்கள் அனைவரும் அடிக்கடி பிரெஞ்சுக்காரர்களுடன் பல மணி நேரம் உரையாடல் புரிந்து கருத்துப் பரிமாற்றங்கள் செய்துள்ளனர். இவர்கள் தங்கள் நாட்குறிப்புகளை பெரும்பாலும் திட்டமிட்டு வரையறுத்த நேரக்கட்டுப்பாட்டில் எழுதும் புதுப்பழக்கத்தை கையாண்டுள்ளனர். தரங்கம்பாடியில் ஐந்து உபதேசியார்களும் திருநெல்வேலியில் உபதேசியார் சவரிராயப் பிள்ளையும் தாய்மொழியில் நாட்குறிப்புகள் எழுத ஆரம்பித்துள்ளனர். இத்தகைய தமிழர்களின் வாழ்க்கை முறையானது அவர்களின் தொன்மையிலிருந்து புதுமையை நோக்கி எழும் பண்பாட்டு மறுமலர்ச்சியில் தொடங்கப்பட்டு நடந்த செய்தி விவரங்களை அப்போதைய பேச்சுமொழி உரைநடையில் குறித்துள்ளது அற்புதமானதே.

தமிழ் உரைநடை வளர்ச்சியின் வரலாற்றை எபசிபா ஏசுதாசன், செங்கல்வராயன் பிள்ளை, வி.செல்வநாயகம் போன்றோர் பல காலகட்டங்களாகப் பிரித்துள்ளனர்.[1] சிலர் நூற்றாண்டுப் போக்கிலான ஆய்வுக் கண்ணோட்டத்தில் தமிழின் உரைநடைப் பரப்பைப் பற்றிய கருத்துக்களை வெளியிட்டுள்ளனர். குறிப்பாக சோமசுந்தர தேசிகர் பதினாறாம் மற்றும் பதினேழாம் நூற்றாண்டுகளைப் பற்றியும், மயிலை சீனி. வேங்கடசாமி, அ.மு.பரமசிவானந்தம், அ.மா.சா, மனோன்மணி சண்முகதாஸ், சிவகாமி ஆகியோர் பத்தொன்பதாம் நூற்றாண்டினைப் பற்றியும் விரிவாக ஆய்வு செய்துள்ளனர்.[2] ஆனால் பதினெட்டாம் நூற்றாண்டுச் செய்யுள் மற்றும் உரைநடை இலக்கியம் பற்றிய வெற்றிடம் நிரப்பப்படாமலேயே உள்ளது. இதனைப்பற்றி தெ.பொ.மீனாட்சிசுந்தரம்

குறிப்பிடுகையில் பதினெட்டாம் நூற்றாண்டில் நடந்த பலவித போர்களையும், கலவரங்களையும் காரணமாகக் குறிப்பிட்டு இந்த தொல்லையின் காலத்தில் ஒரு சில தமிழ் அறிஞர்களே இருந்ததாகவும், அதனால் படைப்புகள் அரிதானதாகவும் கருதுகிறார்.[3]

தமிழில் நாட்குறிப்புகள் பதினெட்டாம் நூற்றாண்டில் செய்திகளின் அடிப்படையில் எழுதும் பழக்கம் கொண்டு தோன்றி வளர்ந்துள்ளன என்பது நாம் அறிந்ததே. இந்த நாட்குறிப்புகள் உரைநடையில் எழுதப்பட்டிருப்பினும் இவற்றிற்கு ஓர் இலக்கியத் தகுதி உண்டா? என்ற வினா இப்போது எழுகிறது. நாட்குறிப்புகள் ஒரு படைப்பு இலக்கிய வகையைச் சார்ந்தவை அல்ல என்பது தெளிவு. இருப்பினும் பதினெட்டாம் நூற்றாண்டில் உரைநடை இலக்கிய வளர்ச்சிக்கு புதுச்சேரித் தமிழர்கள் பெருந்தொண்டு ஆற்றியுள்ளனர் என்பதை மறுக்கவோ மறைக்கவோ முடியாது.

பத்தொன்பதாம் நூற்றாண்டில் உரைநடையின் மறுமலர்ச்சிக்கு பாடுபட்ட ஆறுமுகநாவலர் பழந்தமிழ்க் காவியங்களை உரைநடைப் படுத்தியுள்ளார். மாணவர்களின் பொருட்டு இவைகளை பாடநூல் களாகவும், மற்றவர்கள் பொருட்டு சைவசமயக் கதைகளாகவும், நற்றமிழ் உரையில் இயற்றும் முன்பே நாட்குறிப்பு ஆசிரியர்கள் முன்னோடிகளாக செயல்பட்டு தமிழ் உரைநடையை தழைக்கச் செய்துள்ளனர். ஐரோப்பிய மதகுருமார்களால் அறிமுகப்படுத்தப்பட்ட தமிழ் உரைநடை புதுச்சேரி தமிழர்களால் வளர்க்கப்பட்டது. இப்படி வளர்ந்துவந்த உரைநடைதான் தமிழில் மொழியின் அமைப்பைச் சார்ந்து உரைநடை எப்படி எழுத வேண்டும் என்பதைக் குறித்த நெறி முறைகள் உருவாவதற்கு பிற்காலத்தில் வழி செய்தது. இதுவுமன்றி எந்த துணை வினைகளை, எந்தச் சூழ்நிலைகளில் முதன்மை வினைகளோடு சேர்த்து எழுத வேண்டும், எங்கே பிரித்து எழுத வேண்டும். எப்படி நிறுத்தக் குறியீடுகள் உபயோகிக்க வேண்டும் என்ற எண்ணங்கள் பிற்காலத்தில் தோன்ற நாட்குறிப்புகள் அடித்தளமாக அமைந்துள்ளன. இந்த தமிழ் நாட்குறிப்புகளில் காணப்படும் கலப்புத் தமிழ்நடை மற்றும் பேச்சு தமிழ்நடைதான் எதிர்காலத்தில் தனித்தமிழ் நடை, செந்தமிழ் நடை, மறுமலர்ச்சி நடை தோன்ற வழிவகை செய்துள்ளது. எனவே அப்போது வழங்கி வந்த நாட்குறிப்பு உரைநடைதான் புதுமைக்கும் பழமைக்கும் இடையே பாலமாக அமைந்துள்ளதை தனிப்படுத்திக் காட்ட முடிந்தது. எனவே நாட்குறிப்புகளின் வடிவம் பழையதாக இருப்பினும் தமிழில் பிரெஞ்சு சொற்கள் புதியதாக அமைந்தது. நாட்குறிப்பாளர்களின் சிந்தனை நீளத்திற்கு ஏற்றவாறு

உம்மைகளும், எச்சங்களும் அடைய நீண்ட தொடர்களாலான வாக்கியங்கள் காணப்படுகின்றன. நாட்குறிப்புகளில் நகைச்சுவை இல்லாமல் இருக்கலாம். அவை இலக்கிய உணர்வுடன் படைக்கப் படாமல் இருக்கலாம். ஆயினும் இந்த நாட்குறிப்புகள் படிப்போர் களுக்கு சோர்வு ஏற்படாமல், சுவைகுன்றாமல் அமைந்துள்ளன.

பதினெட்டாம் நூற்றாண்டில் தோன்றிய இந்த நாட்குறிப்புகளுக்கும், பத்தொன்பதாம் நூற்றாண்டில் தமிழில் வெளிவந்த தினப்பத்திரிகை களுக்கும், சிறு பத்திரிகைகளுக்கும் நெருங்கிய தொடர்பு உள்ளது. தமிழ் இதழ்வியல் வரலாற்றைப் பற்றி குறிப்பிட்டுள்ள பலர் இதுகாறும் இந்திய விடுதலைப் போராட்டத்தில் இதழ்கள் ஆற்றிய பணியையே வெளிப்படுத்தி வந்துள்ளனர்.[4] ஐரோப்பியர்களின் வணிக மற்றும் அரசியல் நடவடிக்கைகளால் ஏற்பட்ட மாற்றங்களையும், கொடுமை களையும் பற்றி நாட்குறிப்பில் உண்மை, துணிவு, கடமை உணர்வுடன் நாட்குறிப்பாளர்கள் எழுதியுள்ளது கவனிக்கப்பட வேண்டும். அவர்கள் மக்களின் உணர்வை அறிந்து எழுதவும், இன்றியமையாத உணர்வுகளை மக்களிடையே உருவாக்கவும் முனைந்துள்ளனர். இதுவுமன்றி பொது மக்களிடம் உள்ள குறைகளையும், துணிவுடன் நாட்குறிப்பில் குறிப்பிட்டுள்ளனர். எனவே பதினெட்டாம் நூற்றாண்டின் தமிழ்ச் சமுதாய தேவைகளைக் கருத்தில் கொண்டு நாட்குறிப்புகள் எழுதப்பட்டுள்ளன.

ஆனந்தரங்கப் பிள்ளை லிஸ்பன் நகரில் நடந்த நிலநடுக்கத்தைப் பற்றியும், புதியதாக வால் நட்சத்திரம் காணப்படுவதைப் பற்றியும் உள்ள அரிய செய்திகளை நாட்குறிப்பில் குறிப்பிடுகிறார்.

ஆனந்தரங்கப் பிள்ளை சாதகத்தின் மீது நம்பிக்கை கொண்டிருந்துள்ளார். அவருடைய நாட்குறிப்பில் அவருடைய சாதகம் (பிரம்பூர் ஆனந்தரங்கப் பிள்ளை செனனம்) தம்பி திருவேங்கடம் பிள்ளை சாதகம், மகன் சிரஞ்சீவி அப்பாவு, மகள்கள் சிரஞ்சீவி பாப்பாள், சிரஞ்சீவி பொன்னாச்சி, சிரஞ்சீவி நன்னாச்சி ஆகியோருடைய சாதகங்களின் இலக்கின மற்றும் இராசிக் கிரகக் கட்டத்துடன் வரைபடமிட்டு பதிவு செய்துள்ளார்.[5]

ஆனந்தரங்கப் பிள்ளை எண்ணற்ற சோதிடக் கணிப்புகளையும் தன் நாட்குறிப்பில் பதிவு செய்துள்ளார். வைப்பூர் சுப்பிரமணி (சுப்பா) சோதிடர், அவரின் தந்தை வழி மாமாவான சீத்தாராம சோதிடர் ஆகிய இரண்டு புகழ்பெற்ற சோதிடர்களைத் தம்மிடம் பணிக்கு அமர்த்திக் கொண்டார். அவர்கள் பிறப்பு, திருமணம் போன்றவற்றிற்குச்

சோதிடங்களை ஆராய்ந்தும், ஒப்பிட்டுப் பார்த்தும், புதிதாக எழுதியும் பிள்ளைக்கு சோதிடக் குறிப்புகளைக் கொடுத்துள்ளார்கள்.[6]

காரைக்கால் பால சோதிடர், நகரி சோதிடர், ஒரு வள்ளுவச் சோதிடர், கோபாலசுவாமி சோதிடர் ஆகியோரும் ஆனந்தரங்கப் பிள்ளையால் வரவழைக்கப்பட்டனர்.[7] தன் நாட்குறிப்பில் கோள்களின் இருப்புநிலையையும் நிகழ்வுகளின் மீதான அவற்றின் செல்வாக்கையும் குறித்துள்ளார்.[8] சோதிடம், சாதகம் சார்ந்த நம்பிக்கை ஆனந்தரங்கர் காலத்தில் புழக்கத்தில் இருந்துள்ளதை அறிய முடிகிறது.

முத்து விஜய திருவேங்கடம் பிள்ளை பிரெஞ்சுப் புரட்சி நடந்ததையும், மன்னர் கொலையுண்டதையும் இதர விவரங்களையும் விளக்குகிறார். இவ்வாறு உலகளாவிய பன்னாட்டு செய்திகளை மூலைமுடுக்குகளிலிருந்து திரட்டி, செப்பம் செய்து, வடிவமைத்து உலக மக்களின் வாழ்வு, சமூகம், அரசியல் மற்றும் அறிவு வளர்ச்சி ஆகியவைகளையும் நாட்குறிப்பில் குறிப்பிட்டுள்ளனர். ஆனால் அன்றைய செய்தித்தாள்கள் என்னும் ஒரு தனிப்பட்ட அறிவுத் துறையாக நாட்குறிப்புகள் வெளியிடப்பட முடியாமல் போனதற்கு சில காரணங்கள் உண்டு. அதாவது அச்சுக்கலையை நாட்குறிப்பாளர்கள் அறியாமல் இருந்ததும், கடுமையான கட்டுப்பாடுகள் அவர்களுக்கு இருந்ததாலும், அச்சுக்கூடம் நிறுவ முடியாமல் போனதும் முக்கியக் காரணங்களாகும் என்று நாம் கருத வேண்டியுள்ளது. நாட்குறிப்புகள் செய்தித் தொடர்பு கருவிகளாக இயங்காமல் போனதால் மக்கள் அதன் பயனை அறியாமல் போய்விட்டனர். நாட்குறிப்புகளில் சமயம், சமுதாயம் சம்பந்தப்பட்ட செய்திகள், வணிகம் மற்றும் மர்மமான அரசியல், உலகச் செய்திகள், வட்டாரச் செய்திகள், அண்மை நிகழ்வுகள் குறிப்பாக விந்தையான, ஆசையை தூண்டக்கூடிய செய்திகள் இவை அனைத்தையும் காண்கிறோம்.

இந்தச் செய்திகள் தாமாகவும், கடிதப் போக்குவரத்து மூலமும், பேட்டிகள் மூலமும் அறுக்காருகளை (முகவர்கள்) நியமித்தும் தகவல்களை சேகரித்துள்ளனர். இந்த நாட்குறிப்புகளில் உள்ள செய்திகள் அன்றைய அளவில் அச்சிடப்படாததால் அறிவித்தல், கற்பித்தல், மகிழ்வித்தல் போன்ற பத்திரிகையியல் பண்புகளைப் பெற இயலவில்லை. நாட்குறிப்பாளர்கள் செய்திகளை தொகுத்தார்களே தவிர அவற்றை பரிமாறிக்கொள்ள வாய்ப்பு இல்லை. மேலும் வாசகர்களை சிந்திக்க வைக்க முடியாமல் போயிற்று. எனவே உண்மையில் நாட்குறிப்பாளர் வளர்த்த உரைநடைத் தமிழ் முக்கியமானது. இவர்கள்

உரைநடைக்கு ஏற்றம் தந்ததோடு மட்டுமின்றி செய்தி இதழ்களும், நாளிதழ்களும், பருவ இதழ்களும் செயல்படுவதற்கு அடிப்படையாக வழிகோலியுள்ளனர்.

தமிழ் நாட்குறிப்புகள் மனிதனை பிரதிபலிப்பதையும், மனித உணர்வுகளைப் பலப்படுத்துவதையும், அவன் வாழும் சமுதாயத்தை அடியொற்றினவையாக இருந்துள்ளன. இந்த நாட்குறிப்பாளர்களின் சிந்தனையில் மறுமலர்ச்சி ஏற்பட்டுள்ளது. அன்றைய செய்திகளை தொகுத்து அன்றே நாட்குறிப்பில் எழுதியுள்ளனர். தமிழின் முதல் இரு இதழ்களான "அரசாங்க வர்த்தமானி" (1802) என்னும் வார இதழ், "மாசத் தினசரிதை" (1812) என்னும் மாத இதழ் வருவதற்கு முன்பே செய்திகளை அன்றாட அளவில் தொகுத்துள்ளது நாட்குறிப்புகளின் சிறப்பாகும்.

நாட்குறிப்புகளின் அடிச்சுவடுகளை பின்பற்றியே பத்தொன்பதாம் நூற்றாண்டு இதழ் ஆசிரியர்கள் இருந்துள்ளனர். தமிழில் தோன்றிய அடுத்த இதழ் தமிழ் மாகசின் என்ற பெயரில் 1831இல் வெளிவந்துள்ளது. இதுவும் ஒரு மாத இதழ். இதனை துண்டுப் பிரசுரங்கம் என்னும் கிறிஸ்தவ அமைப்பு நடத்தியுள்ளது. இதனைத் தொடர்ந்து வார இதழான "தின வர்த்தமானி" 1855ஆம் ஆண்டு பெர்சிவல் பாதிரியாரால் நடத்தப்பட்டுள்ளது. பின்னர் "சுதேசமித்திரன்" நாளிதழ் 1882ஆம் ஆண்டு சுப்பிரமணிய ஐயர் அவர்களால் தொடங்கப்பட்டது. பின்னர் இது வார இதழாக மாற்றப்பட்டது. பதினெட்டாம் நூற்றாண்டு நாட்குறிப்புகளில் காணப்பட்ட ஐரோப்பிய - தமிழ் கலப்பு மொழியே பத்தொன்பதாம் நூற்றாண்டில் இந்த பத்திரிகைகளிலும் காணப் பட்டது. சுப்பிரமணிய சிவா, கல்கி, திரு.வி.க. போன்றோர் தமிழ்ப் பத்திரிகைகளில், அயல்மொழி நாற்றம் வீசுவதை எள்ளி நகையாடியுள்ளனர்.

வீரமாமுனிவர் பதினெட்டாம் நூற்றாண்டில் தமிழில் எழுத்து சீரமைப்பு கொண்டுவந்தும், நாட்குறிப்புகளில் சீர்திருத்தம் நிகழ்த்தாமல் இருப்பது தமிழ்மொழி மாற்றம், வளர்ச்சி ஆகியவைகளைப் பெற தமிழர் காட்டிய தயக்கத்தையே குறிக்கிறது. இதனால் நாட்குறிப்பாளர்களின் தமிழ் நவீனத்துவம் அடையவில்லை. பிரெஞ்சுக்காரர்கள் அச்சு இயந்திரம் என்ற கொடையை பதினெட்டாம் நூற்றாண்டில் புதுச்சேரியில் அறிமுகப்படுத்தாததால் இங்கு தோன்றிய நாட்குறிப்புகள் பரவல் செய்தித் தொடர்பாக வாய்ப்பு ஏற்படாமல் போயிற்று. மேலும் தமிழ் உரைநடை ஐரோப்பிய மொழிகளில்

தோன்றிய உரைநடை போன்று நீண்ட நெடிய மரபினை கொண்டிருக்காததும் நாட்குறிப்புகள் பிரபலமாகாமல் போனதற்கு ஒரு முக்கிய காரணமாகும். மேலும் தமிழ் வாசகர்கள் பதினெட்டாம் நூற்றாண்டில் போதுமான அளவு கல்வி அறிவு இல்லாதவர்கள் என்பதும் குறிப்பிடத்தக்கது. இறுதியாக ஒவ்வொரு காலத்து தமிழின் உரைநடை வளர்ந்துள்ளதைப் போல் நாட்குறிப்புகளும் பதினெட்டாம் நூற்றாண்டு காலமொழியினை தந்து, தனித்தன்மையை புலப்படுத்தியுள்ளன.

தினசரி, (நாள், அன்றாடம்) நடைபெற்ற நிகழ்ச்சிகளைக் குறிப்பிடுவது அடிப்படையில் தோன்றியது இந்த நாட்குறிப்புகளின் பண்பு. இத்தகைய புதுவகை உரைநடை அமைப்பைத் தோற்றுவிக்கும் முயற்சியில் ஈடுபட்ட தமிழர்கள் தஸ்திரம் (பதிவேடு, ஆவணம்) என்று பழக்கத்தில் இருந்த பதினெட்டாம் நூற்றாண்டுச் சொல்லைப் பயன்படுத்தியுள்ளனர். எனவே அந்தக் காலத்தில் நாட்குறிப்பினை அவர்கள் தினசரி தஸ்திரம் என்று அழைக்கின்றனர். தமிழ் மொழியில் நாட்குறிப்புகள் தோன்றாத காலத்திலேயே ஐரோப்பிய மொழிகளில் நாட்குறிப்புகள் வளர்ந்திருந்தன என்று முன்பு அறிந்தோம். எண்ணற்ற இலக்கிய வகைகள் குறிப்பாக 96 சிற்றிலக்கியங்கள் உள்ளதாக சதுரகராதியில் வீரமாமுனிவர் குறிப்பிடுகிறார். மேலும் தொன்னூல் விளக்கத்திலும் இந்தப் பற்பல சிற்றிலக்கியங்களை விளக்குகிறார். இவை அனைத்தும் தமிழில் தோன்றிய செய்யுள் இலக்கியங்களே. எனவே உரைநடை அளவிலான நாட்குறிப்பு வீரமாமுனிவர் காலத்தை ஒட்டியது என்றாலும் இந்த நாட்குறிப்புகள் பெயரளவில் மட்டுமே அறியப்பட்டு சிறுபான்மைச் செல்வாக்கே பெற்றுள்ளன.

ஆனந்தரங்கப் பிள்ளை, பிரெஞ்சுக் கம்பெனியின் தரகர், ஆளுநர் டியூப்ளேயின் அந்தரங்க உதவியாளர், வர்த்தகர், பிரெஞ்சுக் கம்பெனி கிராமங்களின் மொத்தக் குத்தகையாளர், இந்திய அரசர்களின் நண்பர் என்ற பல தகுதிகளின் அடிப்படையில் பல செய்திகளை சேகரித்து தன் நாட்குறிப்பில் எழுதினார்.

ஒரே வகையான தமிழ் நாட்குறிப்புகள் பல்வேறு காலகட்டங்களில் எழுதப்பட்டு தனித்தனி வடிவங்களை எடுத்துள்ளது. எழுதிய பலரும் விந்தையான, புதுமையான செய்திகளை நாட்குறிப்பில் கூறி மெருகு சேர்த்துள்ளனர். இந்த நாட்குறிப்புகளில் அன்றாடம் நிலவிய நிலைமைகள் சொல்லப்பட்டுள்ளதால் செய்தி இதழ்களின் வளர்ச்சிக்கு இவை பின்னணியாக அமைந்துள்ளன.

தமிழ் மொழியைக் கற்ற ஐரோப்பியர்கள் எழுதிய தமிழ் உரைநடை கிறித்தவ நூல்கள் பல கிடைக்கின்றன. குறிப்பாக இராபர்தோ நொபிலி இம்மானுவேல் மார்தீன், ழான் வெனான் புசே, பியர் முதுய்த், சார்லஸ் மைக்கேல் பெர்தோல்டி, சீகன்பால்கு, பெஞ்சமின் சுலுட்ஸ், கோஸ்தான்சோ ஜியோசோப்போ யுசெபியு பெஸ்சி என்னும் வீரமாமுனிவர், தோமாஸ் ரோசி, லூயி சவினியன் துப்புயி ஆகியவர்களின் பல தமிழ் உரைநடை நூல்களைப் பற்றி ஒரு நூலில் விரிவாக எழுதியுள்ளேன்.[9]

தமிழர்களும் தமிழ் உரைநடையில் நாட்குறிப்புகளை எழுதி தங்கள் பணியை செம்மையாக செய்தது இந்நூலில் விளக்கப்படுகிறது. பிரெஞ்சுக் கிழக்கிந்தியக் கம்பெனியில் துபாசியாகவும், சில அலுவல் பணிகளை மேற்கொண்டவர்கள், புதுச்சேரியில் வாழ்ந்தவர்களின் எழுதிய நாட்குறிப்புகள் பிரெஞ்சு மொழி தாக்கம் பெற்றவை. அவ்வாறே தரங்கம்பாடியில் வாழ்ந்த பணிபுரிந்த கிறித்தவத்துக்கு மதம்மாறிய தமிழர்கள் உபதேசியார்கள் எழுதிய நாட்குறிப்புகள் கிறித்தவ மதம் பரவ உரைநடைத் தமிழ் எழுச்சி பெற்றதைக் கொண்டுள்ளன. ஆங்கிலேயர் ஆட்சியின் கீழ் திருநெல்வேலிப் பகுதியில் கிறித்தவம் பரவிய போதும் உபதேசியார்கள் நாட்குறிப்பு எழுதியதும் புராட்டஸ்டண்ட் திருச்சபையாரின் தாக்கம் காணப்படுகிறது. புதுச்சேரி ஆனந்தரங்கப் பிள்ளையைப் போல, 100 ஆண்டுக்கு பின்பு, உபதேசியார் சவரிராயப் பிள்ளை தனக்கு வந்த கடிதங்களின் நகல்களையும், அவர் எழுதிய கடிதங்களும் நாட்குறிப்பில் எழுதியுள்ளார். இவ்வாறு பிறமொழிக் கலப்புச் சொற்களுடன் உரைநடைத் தமிழ் வளர்ந்தது. ஆங்கிலம் பயின்ற இராமநாதபுரம் ஜமீன்தார் பாஸ்கர சேதுபதி அவர்கள் நாட்குறிப்பை ஆங்கிலத்தில் எழுதும் அளவுக்கு பயற்சியும் தேர்ச்சியும் பெற்றுள்ளதும் தெரிகிறது.[10] ஆகவே, தமிழ் உரைநடை வளர்ச்சி ஐரோப்பியர் வருகைக்குப் பின்னர் நடந்ததும், நாட்குறிப்பு இலக்கியங்கள் தமிழில் தோன்றியதும். தமிழ் மொழியின் பன்முகப் பார்வையை வெளிப்படுத்துகிறது. எழுத்து மொழி (செந்தமிழும்), வாய்மொழி (கொடுந்தமிழும்) சேர்ந்தே வளர்ந்தது உரைநடையின் சிறப்பாகும். இது பழங்கால இலக்கண இலக்கிய உரைகளிலிருந்து முற்றிலும் மாறுபட்டு அக்கால இயல்பு நடையில் அமைந்ததை மறுக்க முடியாது.

அடிக்குறிப்புகள்

1. *வி.செல்வநாயகம், தமிழ் உரைநடை வரலாறு, கும்பகோணம் 1957; அ.மு. பரமசிவானந்தம், தமிழ் உரைநடை, சென்னை, 1959.*

2. சோமசுந்தர தேசிகர், தமிழ் இலக்கிய வரலாறு 16-17ஆம் நூற்றாண்டு, 1937; மயிலை சீனி, வேங்கடசாமி, பத்தொன்பதாம் நூற்றாண்டில் தமிழ் இலக்கியம் 1800-1900, 1962; அ.மு. பரமசிவானந்தம், பத்தொன்பதாம் நூற்றாண்டு தமிழ் உரைநடை வளர்ச்சி, சென்னை, 1966; அ.ம.சாமி, பத்தொன்பதாம் நூற்றாண்டுத் தமிழ் இதழ்கள், 1992, பக்கம் 41; மு. சிவகாமி, பத்தொன்பதாம் நூற்றாண்டுத் தமிழ் இலக்கியம், சென்னை, 1994; மனோன்மணி சண்முகதாஸ், பத்தொன்பதாம் நூற்றாண்டுத் தமிழ் இலக்கியத்தின் முக்கிய போக்குகள், யாழ்ப்பாணம், 1978.

3. T.P. Meenakshi Sundaram, A History of Tamil Literature, Annamalai Nagar, 1965, p.5.

4. இ. சுந்தரமூர்த்தி, மா.ரா. அரசு, இந்திய விடுதலைக்கு முந்தைய தமிழ் இதழ்கள், தொகுதி ஒன்று, சென்னை, 1998; மா.சு.சம்பந்தன், அச்சும் பதிப்பும், சென்னை 1997.

5. ஆனந்தரங்கப் பிள்ளை சொஸ்த லிகித தினப்படி சேதிக் குறிப்பு, தொகுதி 1 (1736-1746), புதுச்சேரி, 1948; தொகுதி 2 (1746-1746), புதுச்சேரி, 1949; தொகுதி 3 (1746-1747), புதுச்சேரி, 1950; தொகுதி 4 (1747-1748), புதுச்சேரி, 1951; தொகுதி 5 (1748), புதுச்சேரி, 1954; தொகுதி 6 (1748-50), புதுச்சேரி, 1956; தொகுதி 7 (1751-52), புதுச்சேரி, 1963, தொகுதி 8, பகுதி 1 (1751-52), புதுச்சேரி, 1986; தொகுதி 8, பகுதி 2 (1752-53), புதுச்சேரி, 1988, ஆலாலசுந்தரம், ஆனந்தரங்கப் பிள்ளை நாட்குறிப்பு, தொகுதி 9, 10, 11, 12, புதுச்சேரி, 2005, தொகுதி 1, பக்கம் 222-228; தொகுதி 4, பக்கம் 306. Bibliotheque Nationale, Paris, Mss. Indien, No. 144, fl. 169.

6. முன் சுட்டியது, தொகுதி 4, பக்கம் 183; தொகுதி 9, பக்கம் 280, 316; தொகுதி 10, பக்கம் 272.

7. முன் சுட்டியது, தொகுதி 12, பக்கம் 253, 285; தொகுதி 10, பக்கம் 87; தொகுதி 12, பக்கம் 253, 285.

8. முன் சுட்டியது, தொகுதி 4, பக்கம் 10.

9. S. Jeyaseela Stephen, *A History of Tamil Prose through Missionary Texts, Native Diaries, Printed Stories and Colonial Textbooks*, Uyir Pathippagam, Chennai, 2024.

10. Tamil Nadu State Archives, Chennai, *Private Records Collections*, no. 36, Baskara Sethupathi Diary,1893

பின்னிணைப்பு:
இராமநாதபுரம் ஜமீன்தார் பாஸ்கர சேதுபதி நாட்குறிப்பு, 1893

பாஸ்கர சேதுபதி நவம்பர் மாதம் 3ஆம் நாள் 1868ஆம் ஆண்டு பிறந்தார். தன் 5ஆம் வயதில் (1873ஆம் ஆண்டு) தகப்பனை இழந்தார். இவர் ஆங்கிலேயர் அரவணைப்பிலேயே வளர்க்கப்பட்டு நல்ல கல்வி புகட்டப்பட்டார். பின்னர், 1888ஆம் ஆண்டு இராமநாதபுரம் ஜமீன்தார் ஆனார். 13-5-1888இல் அன்னாரது திருமணம் நடந்தது. 1903ஆம் ஆண்டு இறந்தார். ஆங்கிலம் பயின்ற பாஸ்கர சேதுபதி 1893ஆம் ஆண்டு தன் நாட்குறிப்பை ஆங்கிலத்தில் எழுதி உள்ளார்.

Tamil Nadu State Archives, Chennai
Private Records Collections, no. 36, Baskara Sethupathi Diary, 1893

Letts's Colonial Rough Diary & Almanac for 1893
Being the Fifty-sixth year of the reign of Her Majesty Queen Victoria, Published by Lett's Diary Company Ltd, London, Paris & Melbourne, pp. 1-366.

If thou shouldest call me to resign
What most I prize, it never was mine
I only yield thee what is thine
Thy will be done

1 January 1893, Sunday, After Christmas

ஸ்ரீ ராஜராஜேஸ்வரி - இப்போதைய ஏற்பாட்டிற்படி
சிறு பூஜையும் தேவபூஜையும் நடத்தி வர
ஸ்ரீ ராஜராஜேஸ்வரி - சிவபூஜை சமாப்தம் செய்து
தேவ பூஜை நடத்தி வர
ராஜராஜேஸ்வரி பூஜையே யில்லாது ஜெப பாராயணம் செய்து வர

சித்தானந்த மயமாற தெய்வமே
யங்காந்த பரமே
முந்தனாகி நிறைகின்றவப்பனே

கற்கரிய கோவே
கருணையங் கடவுளே கடையனாக
காத்தற்கடமையல்லவோ
கருதரிய மௌனமே மௌனத்தின் வித்தாய்
கரையிலம் பேரின்பமே
நித்ய கல்யாண குழைமுறை நிற்றன்னை
நிறமுடறிய வேசமோ
நேராக ஞான போதகத்திலே சான்றோர்கள்
நின் பெருமையுணர்வதுண்டே
அத்தன்மையாக வெகுமக மதறினையறிய
அற்புவைத் தடியர் மீதில்
ஆசைபேறு மோகப்ப சாகினைக் கேற்று
பேரானந்தமடைய வருள்வாய்

2 January 1893, Monday

Bank Holiday, Scotland, Quarter session week.

Subba Sastri is at present Dhana-adhikari. He owes his present affluent position entirely to my good opinion of him. He is not by any means a great scholar, nor is he a sastri in the strictest sense of the word (is the grand-father of Sri Sundari's wife). But he is a man of good strong commonsense and he is very in adapting himself to circumstances. Though perhaps at the cost of independence, he is a good courtier. He is energetic for his age and he is a better local man than very deep in my opinion. He is very patient though revengeful and possesses the ability to make cutting remarks. His elder brother is a single man.

3 January 1893, Tuesday
ஸ்ரீ பர்வத வர்த்தினி பிராத்தனைகள்

4 January 1893 Wednesday
Promised rewards

5 January 1893, Thursday
சிவ பஞ்சாழி மந்தரோத்தாரம்

6 January 1893, Friday
சிவ பஞ்சாழி மந்தரோத்தாரம்

7 January 1893, Saturday
சிவ பஞ்சாழி மந்தரோத்தாரம்

8 January 1893, Sunday

சிவ பஞ்சாழி மந்தரோத்தாரம்

9 January 1893, Monday

He that hath wants to keep it he that hat not wants to get Everything that is not his own.This the difference between conservative and radicals – G. Jones Esq.

We are in a free country and we are free to do want to live Anybody is free to say what he choses – G.Jones, Esq

Why do you bury your talents in a bushel – Gopala Nair

Who is there in Ramnad that can appreciate your talents There are snakes and serpents there – Mr Dumas Esq

10 January 1893, Tuesday

My clerk Govindasamy has been laid up in a slight attack and fever. Though this is not a very serious matter, I feel his absence from our midst especially as he has been of late very punctual in his attendance, and has always taken an intelligent view of things spoken and written. He is a very offensive young man with no pretentious about him, and if he only presents in his active habits of engineering into and grasp all about everything he comes in contact with, he will bid fair are of those days, to be a very responsible and pleasing officer.

12 January 1893 Thursday

Rameswaram festival trip.

Of the Devasthanam officials, I have to place on record the very good services of the Susihtadar Aiyakannu Pillai, and Somasundaram Pillai, Vaasal Krisha Ayyar, Rajan Gurukkal, Sethurama Iyer and Lokanatha Iyer.

Of my staff, the services of my personal assistant Narayanasamy Iyenger, my musical secretary Sreenivasa Iyengar were excellent. Sammanah Iyer rendered good service. Dakshinamurthy Sivan, Subbu Iyer, Narasinga Iyer, and Venkata Iyer also worked well. Veerbadharan behaved very very badly.

Signed

13 January 1893, Friday

My ambition in this life:

1. To complete the golden vimaanam, the golden cupolas, the bell tower, the mandapam all round, the sandal wood plant in moolasthaanam, the stone peeda, the silver cover for the peeda

stone, the silver cover for the principal steps, copper plate cover for panchakshara padu, sandal-wood doors with metal hooks and silver bells, silver saraivilakku, rethna kavasam for maha peeda, pearl kreeda and emerald kreeda for vigraham, villages for daily thirtham and navarathiri thirtham, gilt lion conveyance, gilt simhaasana mandapam repairs for Sri. Rajeswari.

2. To learn and practice sakthi tantra.

3. To obtain possession of Rameswaram temple and to complete the four thirumathils with nadai, repair the western gopura, and to the thalavarisai in the great colonnade, repair the portion requiring repairs, have golden vimaanams for the god and goddess in the great temple and make all the vaghana of silver and see the kumbabishekam.

4. To see kumbabishekam of Nayinarkoil, the temples at Utharakosamangai, Tiruchuli, Tiruvaadanai, Tirupullaanai, Peruvayal, Kothadana Ramasamy and Chokkanatha Samy.

5. To complete car for Madurai, vimaanam for Kanchipuram and kumbabishekam for Karuvaiyampatti and Shanmuga Vilas at Tiruchendur and kumbabishekam to vimaanam of Koodal Alagar.

6. To have my statues in and arrange for respects at our Ammankoil Rameswaram new marriage hall, Chidambaram, Madurai Koodal Alagar Koil, Tiruchendur, Kanchipuram and Karuvai.

7. To complete ornament for siththar at Madurai.

8. To finish Baskareswara temple at Ramanathapuram.

9. To conduct charity in Benares chaththiram.

10. To establish and endow a chaththiram at Dhanuskodi.

11. To build an agraharam.

12. To have a tank and a well dug out.

13. To organize a thoppu.

14. To organize a grass plot for cows to graze.

15. To have a sudra-student's home in Madras.

16. To reprint at least 12 ancient Sanskrit and 12 ancient Tamil works.

17. To get Sankaracharya to come and bless Ramalinga Vilas.

18. To bathe at Dhnuskodi with family at Mahalaya.

19. To see one Ardhodya and one Mahamagam.

20. To complete a regular pilgrimage to Benares, Prayagai, Gaya and Sethu and bathe in the important shrines.
21. To perform Hiranya Garbha .
22. To redeem the estate from debt.
23. To repair the palaces at Ramanathapuram and Rameswaram.
24. To visit America.
25. To be a fellow of the Madras University.
26. To establish a Tamil sangam.
27. To get into some legislative council.
28. To obtain a K.C.I.R.at least and the personal title of Maharaja.
29. To entertain royalty at Madurai.
30. To be fortunate enough to perform Mathru Karma.
31. To die without pain and to precede cousin Pandithurai.
32. To die in contemplation of god.

Signed

25 January 1893, Wednesday

Discussed the matter with Mr Crole, if I plan to attend the Parliament of Religions in Chicago.

31 January 1893, Tuesday

Vedantha Suthiram was given on loan for reading to Sachidanantha Swamigal.

5 February 1823, Sunday

One of my special adappams by name Manickam has been suffering for the past few months suffering from variety of diseases mostly venereal. He was handsome young fellow rather well made and rather well behaved. But the thirst after women which ruins so many has impaired his heath also. He was strongly advised now and then by me not to indulge in several habits of that nature. He heeded not my words and I fear he will not be able hereafter to be that active servant he was some time ago. This is a warning to all those who will fall headlong in a ravine which they knew is full of danger.

14 February 1893, Tuesday

Valentine's Day

We the Hindus never as a rule send Valentine cards to young ladies.

15 February 1893, Wednesday

Presided over the meeting of Dravida Basha Virudha Sangam at 6.p.m in Christian College Hall, Madras. Balasundara Mudaliar, gave a talk on female education for ¾ hours.

16 February 1893, Thursday

Theppa uthsavam at Tiruvallikeni.

Delivered a talk at Y.M.H.A (Young Men's Hindu Association) on Sri Gnanasambandar Swamigal 8.30 to 9.00 p.m.

17 February 1893, Friday

Delivered a talk at Thondaimandala School. Somasundara Chetti and Ayyasami Chetti came and appreciated me.

21 February 1893, Tuesday

I joined the discussion on fund-raising for a statue to William Miller. In the absence of the Raja of Vizianagaram, I presided over the meeting of the Land Holders Association. The meeting is disappointing as the members did not take sufficient interest.

I have a secretary who creeps like a snail. Short, stout legs a big poncho, fair complexion a broad face and a deep-set acquainted eyes, characterize the head-the subject of this remark.

24 February 1893, Friday

G. Subramania Iyer of the Hindu Newspaper gave a talk at Chinganna Chetti Street, Thanjavur.

26 February 1893, Sunday

Discussion at Pachaiappan College on Hinduism in general and Saivism in particular.

Ayyasamy chettiar

Somasundaram chettiar

Annadhaana sangam

27 February 1893, Monday

Debate about caste system at the Progressive Union.

28 February 1803, Tuesday

Begut Maharaja portrait opened up at Madras City Club. I gave a talk.

1 March 1893, Wednesday

Festival at Trivellore. I was received at Trivellore with high honours. The temple authorities received me as usual by musicians and conducted me to the residence prepared for me in a procession of paraphernalia. It is a pity the festivities are not more solemn and less crowded.

3 March 1893, Friday
Listened to the lecture on both Hinduism and Christianity. Another person spoke on 'Regeneration in Christianity'. He is an enthusiast and very eloquent though bigoted.

4 March 1893, Saturday
Explained to my staff on the verses from the Thevaaram.

5 March 1893, Sunday
Visited Thiruvettieswaran koil.

9 March 1893, Thursday
Visit of Mr. T.D. Pandiyan. We proposed to have the Hindu Maravar Sabah meeting towards the end of the month.

11 March 1893, Saturday
The thithi of my father (passed away on 21 February 1873) was conducted.

17 March 1893, Friday
I drove the horse-drawn chariot in Madras. Electric lights were fixed on the fore-head of the horses.

26 March 1893, Sunday
I gave 400 rupees to the bhattar of Ekambaranatha temple at Kanchipuram.

27 March 1893, Monday
I met Kamakota peeda acharya and recited pathigam composed by me.

30 March 1893, Thursday
Participated in the celebration of Arupathu Moovar held at Mylapore.

31 March 1893, Friday
P. Sreenivasa Rao, the chief judge of the city civil court called on me this morning. He is a good old man and one of the old school-set. Men of these days lose conservatism and very often become out and out radicals. It is a blessing to have few conservatives in our midst, now and then to pull us back, when we advance with a head-long speed.

Pachaiyappan student was called. I granted a scholarship of Rs. 300 to proceed his studies for the Bachelor of Arts.

1 April 1893, Wednesday
Annual ceremony day of my father observed

12 April 1893, Wednesday

Attended the meeting and observed the proceedings of the legislative council at Fort St George. Mr Stokes submitted the financial report. Mr. Sankaran Nair raised four questions. The argument was a sensational one. I was struck with the independent spirit of Mr Sankaran Nair and the thoroughly yielding nature to Government of the Maharaja of Vizianagaram. The Madras Village Services Cess Bill & Steam Boiler's Bills were passed.

14 April 1893, Friday

Tamil New Year day. I went to the Italian photo Studio (Innocenzo del Tufo & Co, Madras) and took a photograph.

15 April 1893, Saturday

The Hindu Maravar Sabah meeting was held at Doveton College. I presided over it. Very few members were present.

18 April 1893, Tuesday

The Madras School Book and Literature Society meeting was held in the senate Hall of Madras University and I attended.

I listened to the piano music. My life is one that has lost a large & fair number of opportunities.

20 April 1893, Thursday

I went to Ragged School and saw the Brahmo Samaj works carried on there.

21 April 1893, Friday

Met and discussed with Lefane and Arundell. I also met the Prince of Arcot at Chepauk and spoke.

23 April 1893, Sunday

Visited the Meenakshi amman temple and witnessed the marriage function of the ambal. Marriage is not marriage in that sense philosophical. It is the unification of the deity or rather the amalgamation of sakthi and sivan the divine power and the divine essence.

24 April 1893, Monday

Watched the car festival and did puja. Read aloud a poem composed by me for Kamatchi at her shrine.

30 April 1893, Friday

Chitirai festival in Madurai. The crowd was less when compared to the previous year. I discussed with Vaishnavities in Madurai.

4 May 1893, Thursday

I heard the death news of the commander-in-chief in Ootacamund who would be buried there. I expressed my condolence. Death lays its icy hand on kings.

10 May 1893, Wednesday

Appar Swamigal Guru pooja was held. I participated at 9.p.m and also gave a talk amongst the devotees.

17 May 1893, Wednesday

The performance of the Malayali gymnast in Madras was good. Had he been English he could have advertised his arrival in the papers, brought a mammoth tent with him, arranged first, second and third class charges for tickets. But the poor humble native however equal he may be to his European brother, he is destined to be looked down on.

19 May 1893, Friday

There was a good rain. Venkataswami Rao is appointed the diwan of Ramanathapuram Zamin.

20 May 1893, Saturday

Received the news sent to me as a manager in the place of Thirugnana pandara sannadhi. This intimation has been very acceptable to me and to all who care for the prestige of Ramanathapuram. Everything began has been pleased. These festivities have really the misfortune to have resumed for the past one and a half more for Sethupathi. May the remunerative continue for long so that the Sethupathi may become the hereditary trustee. The century and a half of this devasthanam may be granted to have more privileges accorded in my days.

21 May 1893, Sunday

I took charge of the Rameswaram devasthanam from the pandara saanadhi at 12 noon.

My son is born today. I wish the child would grow into both a loyal subject of the queen empress and a patriotic citizen.

23 May 1893, Tuesday

A small agambadai girl about 9 years old presented me with a lime and when asked why she did so, pretentiously remarked that I hear you are the raja of our caste and therefore I presented this to you.

26 May 1893, Friday

The pandaram of Kunrakudi is dead or rather killed. That one Thandavaraya Thambiran has created himself a pandaram sannadhi and the pandaram body has been taken out of grave and the post-mortem is held.

30 May 1893, Tuesday

Veerabadra servai the attendant of Pandithurai, left for Ramanathapuram yesterday and I keenly feel his absence. He is an energetic young man full of life and spirit in him and enough I have remarked in another part of this book. He is rather lazy at times, and he makes-up for it other times. I am extremely fond of him and I anxiously look forward to see him. He is both attached to me and he has never shown himself as rebellious.

1 June 1893, Thursday

Today is the guru pooja day of our celestial guru Sri Gnana Sambanda Swamigal. I rose before daylight and after bathing attended the milk giving festival on the banks of the Vasuki theertham. When the festival was over, I was taken in the grand procession. The celestial notification began and ended at 1.a.m. These festivities have been specially performed this year by my order.

4 June 1893, Sunday

Pandithevar visited me early in the morning. I saw a fight between a ram and the palace tiger. The former was more courageous that master stripes.

5 June 1893, Monday

I rose before daylight and joined the priest in the conducting of rituals on the bank of a sacred tank. After that I rode in the procession through the town. I made a fast until the celestial unification of the god till around midday. I spent the afternoon In reading puranams.

9 June 1893, Friday

A number of grahapraveshams and marriages were performed this day in Ramanthapuram. Most of these were performed with the total aid of the palace, but how few are grateful, how few appropriate the gifts, very few I presume. Such is the world and such is this town in particular.

11 June 1893, Sunday

At 7 p.m. I attended divine service at the local Siva temple and later on visited the newly built houses of the Gurukkal of Sri Rajarajeswari amman temple and that of Veerabhadra servai (attendant of Pandithurai). These houses have also been built more as an ornament to the town than anything else. It is hoped that inmates are grateful to the donors.

14 June 1893, Wednesday

An application for marriage to a boy of 17 years was made and declined. It is a pity that Hindus do not as yet understand the folly of early marriages.

I read the book of Indian History written by Talboys Wheeler purchased by me at Madras.

15 June 1893, Thursday

I received a letter from my closest college friend A. David, now J.A. David Esq (barrister-at-law) today that he had safely arrived Thanjavur. He was sent to England by me to study for the Bar in 1890, and I am glad to say he has done credit to the expectations. I formed of his future. May he live long.

19 June 1893, Monday

Manicka Vasaga Swamigal guru pooja day. Today is the day on which our great guru Sri Manicka Vasagar obtained unification with god. I rose early and proceeded to the Siva temple. There was a procession and then followed the solemn ceremony (for the first time in Ramanathapuram was impressively performed). The guru pooja in the arupaththu moovar temple was also attended by me. I received the usual sanctified meal.

20 June 1893, Tuesday

This morning I received certain books and poems composed by my most respected father. They are the richest gems in my treasury. One who reads them cannot but admire the versatile talents of one who was once a poet, a musician par excellence, a fort of strength, a thoughtful father, a devoted brother, a sincere friend, a good ruler and above all one who lived with god in spirit. I admire His Highness more for these than being my father.

24 June 1893, Saturday

Received butter-fingers today which were first granted to me by my most respected, highly esteemed, greatly beloved and gratefully remembered tutor, the late Mr. Gelli, as I used to drop flasks and tubes given in my hands during experiments in chemistry.

25 June 1893, Sunday

Adieu was given to Lakshmana Swamy Mudaliar, Arunagiri Naidu and Krishnaswamy Chettiar of Madras.

27 June 1893, Tuesday

Sri Rajarajeswari was decorated in honour of the marriage. Nataraja was decorated like the Prince of Wales. My most respected mother visited the temple at 4 p.m to see the alangaaram.

My debt list was prepared and the debt amount is 11½ lakhs. I checked the accounts written for the last four years. The amount spent had been 40 lakhs. I have been foolishly extravagant. The leeches that drunk my blood are not a while more grateful to me.

28 June 1893, Wednesday

At 6 p.m there was a religious discussion (on Saivism and Vaishnavism). One Saathan from Madras defended Vaishnavism. It is not to have religious discussion on the merits of the religions because they usually lead to ferment hatred and to nothing else.

30 June 1893, Friday

I had a long discussion with His Highness of the Loka Madam avaragal, and with my most respected mother on Thirumular's Thirumanthiram at 6 p.m. I took out my darling son for the first time for a drive with me and my dear brother and nephew accompanied me in the same carriage. We were all out of the palace and I hope we shall always maintain the same friendship.

1 July 1893, Saturday

The Fasli year begins this day. Resolution was passed for the tax reduction and it was planned to be conducted by the estate officers.

2 July 1893, Sunday

Read the palm-leaf manuscripts collected and left by my father. I played bezique card with Kottaisami thevar and with my cousin at Sankara Vilas

6 July 1893, Thursday

Royal Wedding Day of Queen Victoria

15 July 1893, Saturday

The Member of the Legislative Council election was to be held at Tiruchirapalli. Travelled in chariot and discussed the matter at length with Pandithurai thevar.

19 July 1893, Wednesday

The cyclone and heavy rains caused damage at Ramanathapuram

21 July 1893, Friday

Sundaramoorthy Swamigal guru pooja day, at Arupathu moovar temple.

22 July 1893, Saturday

A number of beggars congregated at the gate of Sankara Vilas and relief was ordered to them. My cousin Kottaisamy Thevar and I had a heated discussion on religion from 7 to 9.15.p.m.

26 July 1893, Wednesday

I started punctually at 5.30.a.m from Ramanathapuram. My brother galloped fast after me and took leave of me at the third mile from Ramanathapuram. I had break-fast at Paramakudi when a short interview was granted to the late Assistant-Diwan and now Vakil Mr. Meenakshi Sundaram Iyer. At Manamadurai, the thashildar of the place came up to receive me. The Jutka pony of Rameswaram Shrishtadar deserves great praise for having done well for 68 miles from Ramanathapuram to Madurai in close races with the five pairs posted. Mr. Venkatasamy Naidu, my agent met me at Tiruppuvanam. We both drove together and reached Madurai at 6.30 p.m.

27 July 1893, Thursday

Emergent orders have been issued for the construction of the vimaanam in man's power is being done.

28 July 1893, Friday

Contributions had been made to American Mission women's hospital and the amount donated was 7000 rupees.

29 July 1893, Saturday

Party was given to Rao Bahadur R. Rama Subbu Iyer avargal for being elected as Member of Legislative Council of southern municipalities.

7 August 1893, Monday

The birth of the second son.

12 August 1893, Saturday

I joined in celebrating the car festival at Ramanathapuram. On the car reaching its usual place, I amused myself by throwing plantains and sweet-meats in the midst of the crowd.

13 August 1893, Sunday

Meeting with Raja of Rampur

14 August 1893, Monday

I rode by the side of the procession at Rameswaram and it was a warm walk to be sure. The thapas Seva was grand & solemn. It was a pity I had no camera to photograph, the splendid view of the site, the vahanams, the orderly crowd and the sepoys. The goddess procession at night was very grand.

16 August 1893, Wednesday

The procession in Rameswaram at night was most grand. The god was on elephant and the goddess on the golden palanquin. I appeared in full ornamental costume.

19 August 1893, Saturday

I composed certain verses which I read out to Raghava Iyengar at 5.30 p.m.

25 August 1893, Friday

Mr. Fury's recitation of that well known poem – The dream of Eugene Aram was simply imposing. Rev. Mr. Johnston read with feeling and expression a piece from Pickwick Papers. The glee was well sung.

26 August 1893, Saturday

I presided the meeting at Town Club where Mr. Ramachandran, bar-at-law lectured on foreign travels. It was a bad lecture in every way and I am sorry that I had to snub him quietly.

28 August 1893, Monday

Chidambaram Gurukkal from Benares came for the kumbabishekam of S.R.R fixed for the 8th day of Aypasi month.

30 August 1893, Wednesday

Gowri Vallabhan of Sivagangai came.

2 September 1893, Saturday

Salem Ranganatha Mudaliar BA. BL, Ganapathy Iyer of Saptoor visited. I read in the papers with great regret of the death of Honourable Kasinath Tribuk Telong, M.A. C.I.E. What a loss to India! What a loss to learning!

6 September 1893, Wednesday

We read a good portion of Probodha Chandrodayam in Sanskrit. At Night I called on the local Pandaara Sannadhi and had a long chat with him. After a heated conversation, I paid the pandaram well in my own coins. He cooled down and talked over matters quietly.

17 September 1893, Sunday

Tri-cycle was in use.

18 September 1893, Monday

Mr. Dumergue was a personal friend of the Sethupathis. At 7 a.m I drove to Ramasamy Chettiar's residence where I had break-fast and at 8 a.m I visited the great temple for worship. I dinned at the chathiram and drove back to Ramachandra Vilas.

19 September 1893, Tuesday

We had a long chat about the Swamigal of Mayavaram. Mr. S. Sundararama iyer who had proposed to withdraw the municipal grant to my High school was the object of much far.

20 September 1893, Wednesday

Chokalingam distinguished himself on the Periya Melam and Thavil by Govindan of Sreevanchiyam. The Kunrakudi vidwan sang badly.

22 September 1893, Friday

This is a red letter day in the annals of Ramnathapuram. I am appointed the permanent manager of the Rameswaram Devasthanam in the place of trustee until someone shall establish the right to the trusteeship by suit. If it so pleases to Sri Ramewswaran I will never leave all our honours and to which we owe our present position has been made after centuries which had come back to us by the grace of Sri Rajarajeswari.

23 September 1893, Saturday

Chitravelu servaikarar is the special adappan and he is the best servant on my staff, a more sincere, trustworthy, attached, devoted, indefatigable, unselfish, plain spoken and loving servant, it will be different in kind. He has been into the service of my staff with the service register of nearly 30 years. He is good all round. There is not a work that he cannot do with credit to himself. He is not educated and is therefore all the more obedient to discipline.

24 September 1893, Sunday

Dewan Bahadur Venkatasamy Rao is now my diwan. He is strictly honest. He is a very able revenue officer, impartial, strict and yet kind and devoted to duty. He is the best manager. My estate has been his and he had been here since the time of my late lamented and respected uncle, M.R.Ry. Ponnusamy Thevar avargal.

25 September 1893, Monday

Mr. Turner was in-charge of the Sethupathis when he was 7 years old. Mr Turner also envisaged the new palace built by my cousin M.R. Ry. Paandi Duraisamy thevar avaragal. It is really a fine building, the finest of its kind to the east of Madurai.

26 September 1893, Tuesday

Thanga Samy Servai alias Thirunavukkarasu is the name of my treasurer. His father held the same appointment under my father. He is a matriculate of the Madras University and can write and speak both English and Tamil fluently. He is very well behaved, highly moral, meek, pure in thought, word and deed and above all supremely honest. He is trustworthy and enjoys my perfect confidence. He has a desire to learn and he is in every way an honourable exception to his caste men in general and his clan men in particular. His religious views are not precisely known.

27 September 1893, Wednesday

Pandi Duraisamy Thevar Avargal, of course is too well known in Ramanathapuram and there is no need for specification. He is the son of a distinguished father, distinguished late M.R.Ry Ponnusamy Thevar avargal of great name and fame, my own dear and highly respected uncle. He is a Tamil scholar of a very high order, a tolerably good speaker and writer in English, a highly devoted disciple of Siva, a good amateur photographer, a celebrated magician, a little bit of a gymnastic, and a rider, and an able courtier. He is highly devoted to me and is popular in the town and charitably disposed.

28 September 1893, Thursday
S. Ponnusamy Thevar, is the name of Manaverthy agent. He is also my second brother-in-law. He is getting gradually popular now and bids fair to turn out a gentlemen if his company be good. He has of late, been very ill and I am not sure of the nature of his illness. It had not made him to think more of his spiritual life.

U. Mangalasamy Thevar is the name of my senior brother-in-law who is generally reputed to be an innocent and certainly a well meaning individual. He was at first very obstinate and hence was only known to fakirs. Of late, however he has shown off his lethargy and now attends to his work and studies very diligently. He is perhaps a little too fond of athletics and to irreconcilable commodities.

29 September 1893, Friday
Pandikammal Ramasamy Devar is the name of the representative of the Junior branch of the Pandikamma family. He is one that has constantly been fostering the nocturnal depredators of agrarian tax.

10 October 1893, Tuesday
Dasara began today. The ancient times has ascended in the usual for and with the usual ceremonies.

15 October 1893, Sunday
A large granite stone car was brought as a present to me by one pillai of Karunai Nallur in the district of Tirunelveli. I have used it as the peedum for our goddess chapparam in our palace temple.

16 October 1893, Monday
The golden lion conveyance of Sri Rajarajeswari arrived this day from Chidambaram. It is really a grand piece of work and my thanks are due to Chidambaram Muthiah chettiar to whom the credit for the work is solely due.

19 October 1893, Thursday
Sarawathi Pooja day. The night ceremonies were all duly prepared. The march past at night was a clumsy affair.

20 October 1893, Friday
Vijayadasami day. The bow and the arrow ceremony was a great success. Our goddess Sri Rajarajeswari for the first time was taken on the golden conveyance. The procession was imposing. The number of

presentation at Durbar especially of relatives was larger than usual. The preliminary ceremonies in connection with Sri Rajarajeswari kumbabishekam were begun this day.

29 October 1893, Sunday

This is a red letter day in the annals of Ramanathapuram. Sri Rajarajeswari's temple was partially covered with gold plate and great kumbabishekam was performed early in the morning. All my blood relatives were present besides others and friends. The number of people who came to worship was very large. At 9.00 p.m the goddess started in procession through the principal streets which had never had the immense fortune of having the goddess procession. The whole route was decorated and all the residents naturally decorated their houses and offered pooja to the great goddess who for the first time, the processions through their street in this form. The procession itself was unique and most grand. This is my twenty-fifth birthday as well.

30 October 1893, Monday

Nagabooshanam Ramasamy Raja bar-at-law visited. With regard to the kumbabishekam, great credit is due to my secretary Mr. Sammnah Iyer, Chidambaram Subramania Iyer, Dhana-adikary Subba Sastrigal and Rajjaya Gurukkal of Rameswaram who officiated as the chief priest. Shanmuga Aasari of Madurai did his work excellently. The koththans of Madurai deserve praise of their thorough workman like business qualification. This is my installation day as well.

1 November 1893, Wednesday

Today the goddess who came out of the sanctum sanctorum on the 26th June returned to the state after the saptha prakaaram to the sanctum-sanctorum. My anxiety has thus pleased on the point. It is all her grace, by that divine grace we live and by that divine grace we move in her power. She in her wisdom has so far blessed all proceedings with success.

2 November 1893, Thursday

We had sports in the evening. The elephant race, horse race, palanquin race and camel race were on the roads.

9 November 1893, Thursday

Rambagh was illuminated like the palace of Prince of Wales.

13 November 1893, Monday

Reached Madurai at 12 midnight after a most uncomfortable journey in a bullock coach on the bad roads made worse by the recent heavy rains. At night I visited the local Siva temple and saw all the arrangements for the kumbabisekam on the morrow. The Aathi Siva Brahmins officiating were all ignorant of what they were doing.

Unfortunately our Gurukkals are fast becoming a degenerate, ignorant, self-concerted lot. Those in this zamindari are all of them utterly unworthy to pose as gurus or poojari to the deities in the temples.

19 November 1893, Sunday

Kumbabisekam held in the Ganesh temple in the fort. Great credit is due to Chidambara Subramanya Iyer, my secretary Sammanah Iyer and Dana-adhikari.

21 November 1893, Tuesday

Certain acts of my brother to take my life by means of mantras had come to light this day. What a pity? Dinakaran should have lost his head over such stupid methods of the black art. It is hoped he will have more sense hereafter.

26 November 1893, Sunday

Kumbabishekam was performed this day to the Ganesh temple in the fort. Credit gain is due to the usual three in this direction. We hereby direct that Chidambaram Subramanya Iyer, who is such a good man at kumbabishekam having gained a good and great experience from Chidambaram. I have great confidence in him as he is a pious man. The prosperity of the local Siva temple is due to solely to his influence with me.

11 December 1893, Monday

Awfully sad news reached us this day of the sudden and highly lamented death of the great genius Madras professor Poondi Ranganatha Mudaliar avaragal, M.A. In him India loses over her brightest and greatest sons, Madras presidency, its richest product, the native community its ornament the student population of its leader, and all educated men their unique friend and lastly I lost my dearest friend and counsellor. English has lost her Madras native advocate and poor Tamil her staunch support where and when shall be look on his like gain? 'Never' is the woeful word that rises in answer, never again in the transiting world. May he enjoy divine peace in the new world is the only prayer of all his friends and admirers.

12 December 1893, Tuesday

Kunrakudi Krishna Iyer and his father are the musicians paid from the samasthaanam. They are not by any means celebrated singers as they lack the first condition of good singing, a good voice. The father is outspoken but the son is deep-set man. Both are highly arduous and a discontented lot altogether. They have a bad habit of speaking ill of others in their in their absence and praising those whom they speak well of in the presence. They are not trusted. But they dance attendance on me constantly and they carry favour with us.

13 December 1893, Wednesday

Vidwan Srinivsa Iyengar is the samasthaana sangeetha vidwan. He owes all his education to the patronage of darling cousin the zamindar avaragal of Pallavanaththam who had his first educated up to matriculation examination, during which course he earned the epithet of the great 'mugger'. He passed the middle school examination in the first class. Net my cousin had him apprenticed to the celebrated songster Pattanam Subramania Iyer who made one young vidwan and expert in the musical art. He has a silvery voice, a golden character and an in estimate gem in his contented and humble yet devoted behavior.

14 December 1893, Thursday

M.S. Narayana Samy Iyer, my personal assistant is born of good parents, highly well-behaved, decently educated, rather slow, honest and trustworthy, can do any work entrusted into his hand, besides fair to be become rich contented and happy. Sammanah Iyer, my secretary is very much devoted to me and my mother. Born of good parents, well-behaved and active when he chooses to be so, above all, the one distinction that he has over the rest is that he enjoys the entire confidence of us all, and is in fact one of our bonds and a factor of our family.

15 December 1893, Friday

Thiruvembaavai puja began this day. I am celebrating it with unprecedented grandeur in Sathuranga Vilas.

19 December 1893, Tuesday

Today being Yekadasi day, my cousin, my junior brother-in-law, my darling, nephew and myself visited the temple of Sri Kothanada Rama and entered the pandal by passing through the holy gate. We had a long chat on Saivism and Vaishnavism. Saivism of course triumphed, as it will always triumph. My cousin and I spoke on the side of Saivism.

22 December 1893, Friday

Left for Utharakosamangai. The ignorant Aathi-sevakars said that Manicka Vaasagar had no statute here.

23 December 1893, Saturday

Arurthra darisanam. I worshipped at dawn in the great temple at Utharakosamangai. I was much disgusted with the festival. The attendance was poor. At night there was the usual Vrishaba sevai.

24 December 1893, Sunday

Visited the temple of Rameswaram and found many irregularities.

25 December 1893, Monday

Left for Ramanathapuram and we reached at 10 a.m.

ஆய்வடங்கல்

I. சுவடிகள்

DENMARK

Det Kongeliege Bibliothek, Kobenhavn

Cod Tamul 58.41; Cod Tamul 58.42; Cod Tamul 58.43; Cod Tamul 58.44; Cod Tamul 58.45; Cod Tamul 58.46; Cod Tamul 58.36; Cod Tamul 58.37; Cod Tamul 58.38; Cod Tamul 58.39; Cod Tamul 58.40; Cod Tamul 58.47

FRANCE

Bibliotheque Nationale, Paris

Mss. Indien, Nos. 143, 144, 145, 146, 147, 148, 149, 150, 151, 152, 153, 154, 154 bis, 155, 156, 157, 158

GERMANY

Archiv der Franckeschen Stiftungen, Halle

MSS M1 B32: 3 (C); M1 B33: 10(A)

INDIA

Institut Francais, Puducherry

Mss. Fragment du Manuscrit presume original du journal de Thiruvengadam Pillai, nevue d' Ananda Rang Pillai etc. copies diverses, ET-FR - No.131

National Archives of India, Puducherry

Mss. Divers Papiers des Inherites d' Ananda Ranga et Tiruvengda, Eighteenth Century Documents, No. 1

Mss. Eighteenth Century Records, Document No. 27, 436, 437, 438, 439

Tamil Nadu State Archives, Chennai

Mss. Public Department, (Sundries) vols. 186, 186-A, 186-B

Private Records Collections, no. 36, Baskara Sethupathi Diary, 1893

II. அச்சிடப்பட்ட ஆவணங்கள்

பிரெஞ்சு

Diagou, Gnanou., *Arrets du Conseil Superieur de Pondicherry*, 8 vols, Pondichery, 1935-1941.

Gaudart, Edmond, *Catalogue des Manuscrits des Ancienns Archives de l' Inde Francaise, 1690-1789,* 8 vols, Pondichery, 1926-42.

ஜெர்மன்

Der Königl. Dänischen Missionarien aus Ost-Indien eingesandter ausführlichen Berichten, Von dem Werck ihrs Ams unter den Heyden, angerichteten Schulen und Gemeinen, ereigneten Hindernissen und schweren Umstanden; Beschaffenheit des Malabarischen Heydenthums, gepflogenen brieflicher Correspondentz und mundlchen Unterredungen mit selbigen heyden, Teil 1–9, (Continuationen 1–108) Waiserihaus, Halle, 1710–1772.

Knapp, Georg Christian, et.al., *Neuere Geschichte der evangelischen Missions-Anstalten zu Bekehrung der Heiden in Ostindien aus den eigenhändigen Aufsätzen und Briefen der Missionarien erausgegeben,* Teil 1–8, (Stück 1–95) Waisenhaus, Halle, 1770-8/ 1795-1848.

ஆங்கிலம்

Price, Frederick, H. Dodwell and V. Rangachari, eds., *The Private Diary of Ananda Ranga Pillai, Dubash to Joseph François Dupleix, Knight of the Order of St. Michael, and Governor of Pondicherry: A Record of Matters Political, Historical, Social, and Personal, from 1736 to 1761,* vol. I, 1904; vol. II, 1907; vol. III, 1914; vol. IV, 1916; vol. V, 1917; vol. VI, 1918; vol. VII, 1919; vol. VIII, 1922; vol. IX, 1924; vol. X, 1925; vol. XI, 1927; vol. XII, 1928, Madras, Delhi, rpt, 1980.

Stephen, S. Jeyaseela., *The Diary of Rangappa Thiruvengadam Pillai, 1761-1768, Translated from Original Tamil,* Institute for Indo-European Studies, Pondicherry, 2001.

The Journal and Letters of Savariraya Pillai (A Catechist of the Church Missionary Society, Tinnevelly Distict, South India), vol. I, 1836-1863, Chintamani Press, Palamcottah, 1898, vol. II, 1901, vol. III, 1902, In English and Tamil, Three volumes in Five Parts.

தமிழ்

யோவான் தேவசகாயம், சவரிராய பிள்ளையவர்கள் சர்னலும் காகிதங்களும் முதல் புஸ்தகம், *1836-63,* சிந்தாமணி யந்திரசாலை, பாளையங்கோட்டை *1898.*

யோவான் தேவசகாயம், சவரிராய பிள்ளையின் சர்னலும் காகிதங்களும், இரண்டாம் புஸ்தகம், சிந்தாமணி யந்திர சாலை, பாளையங்கோட்டை, *1901.*

யோவான் தேவசகாயம், சவரிராய பிள்ளையின் சர்னலும் காகிதங்களும், மூன்றாம் புஸ்தகம், சிந்தாமணி யந்திர சாலை, பாளையங்கோட்டை, *1902.*

ந. சுப்பிரமணியன், ஆனந்தரங்கன் கோவை, சென்னை, *1955.*

ஆனந்தரங்கப் பிள்ளை சொஸ்த லிகித தினப்படி சேதிக் குறிப்பு, தொகுதி *1 (1736-1746),* புதுச்சேரி, *1948;* தொகுதி *2 (1746-1746),* புதுச்சேரி, *1949;* தொகுதி *3 (1746-1747),* புதுச்சேரி, *1950;* தொகுதி *4 (1747-1748),* புதுச்சேரி, *1951;* தொகுதி *5 (1748),* புதுச்சேரி, *1954;* தொகுதி *6 (1748-50),* புதுச்சேரி, *1956;* தொகுதி *7 (1751-52),* புதுச்சேரி, *1963,* தொகுதி *8,* பகுதி *1 (1751-52),* புதுச்சேரி, *1986;* தொகுதி *8,* பகுதி *2 (1752-53),* புதுச்சேரி, *1988.*

ஒர்சே, மா.கோபாலகிருஷ்ணன், இரண்டாம் வீரா நாயக்கர் நாட்குறிப்பு, *1778-1792,* சென்னை, *1992.*

எஸ். ஜெயசீல ஸ்டீபன், முத்து விஜயத் திருவேங்கடம் பிள்ளை நாட்குறிப்பு, *1794-1796,* புதுச்சேரி, *1999.*

எஸ். ஜெயசீல ஸ்டீபன், ரங்கப்ப திருவேங்கடம்பிள்ளை நாட்குறிப்பு, *1760-1762,* தொகுதி-*1,* புதுவை மொழியியல் பண்பாட்டு ஆராய்ச்சி நிறுவனம், புதுச்சேரி, *2000.*

எஸ். ஜெயசீல ஸ்டீபன், ரங்கப்ப திருவேங்கடம்பிள்ளை நாட்குறிப்பு, *1762-1766,* தொகுதி-*2,* புதுவை மொழியியல் பண்பாட்டு ஆராய்ச்சி நிறுவனம், புதுச்சேரி, *2000.*

ஒர்சே, மா.கோபாலகிருஷ்ணன், ஆனந்தரங்கப் பிள்ளை வி-நாட்குறிப்பு, *1751-52,* சென்னை, *2004.*

ஒர்சே, மா.கோபாலகிருஷ்ணன், ஆனந்தரங்கப் பிள்ளை வி-நாட்குறிப்பு, *1752-53,* சென்னை, *2005.*

ஆலாலசுந்தரம், ஆனந்தரங்கப் பிள்ளை நாட்குறிப்பு, தொகுதி *9, 10, 11, 12,* புதுச்சேரி, *2005.*

எஸ். ஜெயசீல ஸ்டீபன், ரங்கப்ப திருவேங்கடம்பிள்ளை நாட்குறிப்பு, *13.6.1767 - 29.12.1769,* தொகுதி-*3,* சேகர் பதிப்பகம், சென்னை, *2007.*

எஸ். ஜெயசீல ஸ்டீபன், தூய இதய மரியன்னையின் பிரான்சிஸ்கன் சபை சகோதரிகளுக்கு துப்புயீ அடிகளார் தமிழில் எழுதிய சுற்றுமடல்கள், *1863-1873,* காகிதச் சுவடிகளை பதிப்பித்து முன்னுரையுடன், புதுச்சேரி, *2017.*

ம. ராசேந்திரன், ஆ. வெண்ணிலா, ஆனந்தரங்கம் பிள்ளை தினப்படி செய்திக் குறிப்பு, *12* தொகுதிகள், சென்னை, *2019.*

III. ஆராய்ச்சிக் கட்டுரைகள்

Asher, R.E., 'Aspects de la Litterature en Prose dans le Sud de l'Inde', *Bulletin de Ecole Francaise de Extreme-Orient*, Tome. LX, 1972, pp. 127-128.

Franke, Herbert., 'A Sung Embassy Diary of 1211-1212, The Shih-Chinz-Lu of Cheng Cha', *Bulletin de Ecole Francaise d' Extreme-Orient*, vol. LXIX, 1981, pp. 17 - 207.

Packiamuthu David & Sarojini Packiamuthu, 'Savariraya Pillai's Diary: A Document of Transcultural Interchange', *Dharma Deepika*, December 1997, pp. 75-82.

Paul J.J. & Robert Erick Frykenberg, 'A Research Note on the Discovery of Writings by Savariraya Pillai, A Tamil Diarist of Mid-Nineteenth Century Tinnevelly', *The Journal of Asian Studies*, vol. 44, no.3, 1985, pp 521-528.

Pillai, A Krishnasami., 'The Family of Ananda Ranga Pillai: Some Geneological Data', *Revue Historique de Pondichery*, vol. X, 1992, pp. 21-30.

Sastri, K.A. Nilakanta., 'New Pages from Ananda Ranga Pillai Diary', *Journal of the Madras University*, vol. XIV, no. 2, 1942, pp. 1-16.

Stephen, S. Jeyaseela., 'Urbanism and the Chequered Existence of the Indo-French Town of Pondicherry, 1674-1793', *Revue Historique de Pondichery*, vol. XIX, 1996, pp. 29-64.

_____, 'Socio-Economic Role of Dubash Pedro Kanagaraya Mudaliar in the French Colony of Pondicherry: A Study in Resilience, 1717-1746', in *Revue Historique de Pondichery*, vol. XVIII, 1995, pp. 15-32.

_____, 'Un Inedit de L' histoire de Pondicherry: Le Journal de Thiruvengadam pillai', *Le Trait d' Union*, July, 1995, p. 5.

_____, 'முத்து விஜயத் திருவேங்கடம் பிள்ளை நாட்குறிப்பு: பிரெஞ்சு சொற்களும், தமிழ் உச்சரிப்பும்', பதிப்பாசிரியர் இந்திரன், புதுச்சேரி: மனதை கீறும் சித்திரங்கள், சென்னை, 2004, பக்கங்கள் 46-64.

'Voyageurs Chiniois Chez les Khitan et les Joutechen', *Journal Asiatique*, vol. IX, 1897, pp. 377- 441; vol. XI. 1898, pp. 351-439.

IV. நூல்கள்

Alalasundaram, R., *The Colonial World of Ananda Ranga Pillai*, Pondicherry, 1998.

Bourdat, Pierre, *Pondicherry in the Eighteenth Century*, Pondicherry, 1995.

MeenakshiSundaram, *The Contributions of European Scholars to Tamil*, Madras, 1974.

Montburn, Gallois, *Notice sur la Chronique en Langue Tamile et sur la Vie d' Ananda Ranga Pillei*, Pondichery, 1849.

Olangier, Paul., *Les Jesuits a Pondichery et l'Affaire Naniapa*, Paris, 1932.

Pamperrien, K. trs.. *History of Tranquebar Mission – Worked out fro the Original Papers*, by Ferd, Fenger translated into English from the German of Emil Francke, Tranquebar, 1863, Madras, 1906.

Pillai, R.P. Sethu., *Words and their Significance: Tamil Literary and Colloquial*, Madras, 1974.

Rajamanickam, S., The First Oriental Scholar, Palayamkottai, 1972.

Somalay, *European Impact on Modern Tamil Writing and Literature*, Trivanduram, 1976.

Srinivasachari, C.S., *Ananda Ranga Pillai: The Pepys' of French India*, Madras, 1940.

Stephen, S. Jeyaseela., *The First Catholic Bible in Tamil and Louis Savinien Dupuis at Pondicherry: A History of Translation and Printing*, Immaculate Generalate, Pondicherry, 2017.

_____, *Missioner Tamil Written and Printed in Pondicherry: Literature and Louis Savinien Dupuis, 1841-73*, Immaculate Generalate, Pondicherry, 2017.

_____, *Tamil Language and the Timeless Translations by the Europeans*, Kaveri Books, Delhi, 2021.

_____, *The Prayer Translations from Portuguese to Tamil and the Jesuits, 1554-1735: Manuscripts Prepared for the Use of Catholic Converts Preserved in Rome and Paris*, Institute for Indo-European Studies, Puducherry, 2022.

_____, *The Growth of Tamil Prose Literature in Slow Motion, 1586-1899: The Biography, Autobiography Short-Story, Story and Novel Writing*, Padiman, Kaveripakkam, 2023.

_____, *A History of Tamil Prose through Missionary Texts, Native Diaries, Printed Stories and Colonial Textbooks*, Uyir Pathippagam, Chennai, 2024.

Sundaram, T.P. Meenakshi., *A History of Tamil Literature*, Annamalai Nagar, 1965.

Venson, Julien., *Les Francais dans L' Inde Dupleix et Labourdonnais*, Paris, 1894.

V. தமிழ் நூல்கள்

சோமசுந்தர தேசிகர், *தமிழ் இலக்கிய வரலாறு 16-17ஆம் நூற்றாண்டு*, 1937.

ரா.தேசிகம் பிள்ளை, *ஆனந்தரங்கப் பிள்ளை, சென்னை*, 1943.

வி. செல்வநாயகம், *தமிழ் உரைநடை வரலாறு, கும்பகோணம்* 1957.

அ.மு. பரமசிவானந்தம், தமிழ் உரைநடை, சென்னை, 1959.

மயிலை சீனி, வேங்கடசாமி, பத்தொன்பதாம் நூற்றாண்டில் தமிழ் இலக்கியம் 1800-1900, 1962.

அ.மு. பரமசிவானந்தம், பத்தொன்பதாம் நூற்றாண்டு தமிழ் உரைநடை வளர்ச்சி, சென்னை, 1966.

சாலினி இளந்திரையன், வாழ்க்கை வரலாற்று இலக்கியம், சென்னை, 1974.

பொன். கோதண்டராமன், செந்தமிழ், சென்னை, 1974.

மனோன்மணி சண்முகதாஸ், பத்தொன்பதாம் நூற்றாண்டுத் தமிழ் இலக்கியத்தின் முக்கிய போக்குகள், யாழ்ப்பாணம், 1978.

செ.வை. சண்முகம், எழுத்துச் சீர்திருத்தம், அண்ணாமலை நகர், 1978.

கோ. சிவத்தம்பி, தனித்தமிழ் இயக்கத்தின் அரசியல் அடிப்படைகள், சென்னை, 1979.

உ.வே. சாமிநாத ஐயர், என் வரலாறு, 1982.

ச. சிவகாமி, தமிழ் வாழ்க்கை வரலாற்றிலக்கியம், சென்னை, 1985.

ந. சுப்பிரமணியன், தமிழ் வரலாற்று இலக்கியச் சிந்தனைகள், உடுமலைப்பேட்டை, 1990.

இரா. ஞானபுஷ்பம், தமிழில் பயண இலக்கியம், சென்னை, 1990.

அ.ம.சாமி, பத்தொன்பதாம் நூற்றாண்டுத் தமிழ் இதழ்கள், 1992.

மு. சிவகாமி, பத்தொன்பதாம் நூற்றாண்டுத் தமிழ் இலக்கியம், சென்னை, 1994.

ச. இராசமாணிக்கம், வீரமாமுனிவர் தொண்டும், புலமையும், சென்னை 1996.

மா.சு.சம்பந்தன், அச்சும் பதிப்பும், சென்னை 1997.

இ. சுந்தரமூர்த்தி, மா.ரா. அரசு, இந்திய விடுதலைக்கு முந்தைய தமிழ் இதழ்கள், தொகுதி ஒன்று, சென்னை, 1998.

வல்லிக்கண்ணன், பாரதிக்குப்பின் தமிழ் உரைநடை, சென்னை, 1998.

எஸ். ஜெயசீல ஸ்டீபன், தமிழில் நாட்குறிப்புகள், செய்தி இதழ்களின் முன்னோடிகள்: 18ஆம் நூற்றாண்டு, புதுச்சேரி, 1999.

சரோஜினி பாக்கியமுத்து, ஒரு உபதேசியாரின் நாட்குறிப்பு, திருநெல்வேலி, 2001.

ஆ. சிவசுப்பிரமணியன், தமிழ்க் கிறித்தவம், நாகர்கோவில், 2004.

ஆ. சிவசுப்பிரமணியன், உபதேசியார் சவரிராய பிள்ளை, 1801-1874, நாகர்கோவில், 2016.

எஸ். ஜெயசீல ஸ்டீபன், தமிழ் இலக்கியப் பயணம், 1543-1887: ஐரோப்பியர் மொழிபெயர்ப்புகளின் வழியே, நியூ செஞ்சுரி புக் ஹவுஸ், சென்னை, 2021.

படங்கள்

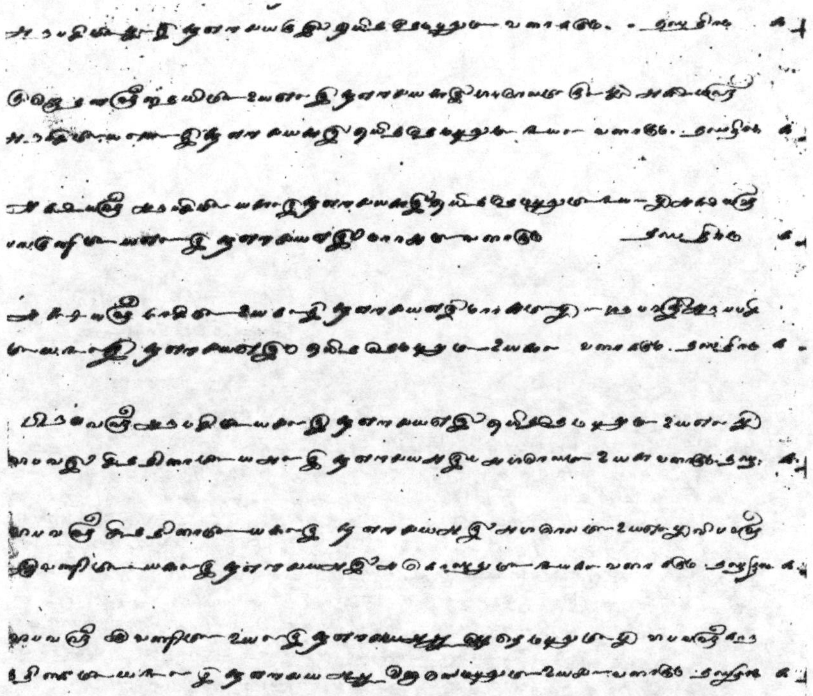

ஆனந்தரங்கப் பிள்ளை நாட்குறிப்பு முதல் பக்கம்
(தேசிய நூலகம், பாரிசு)

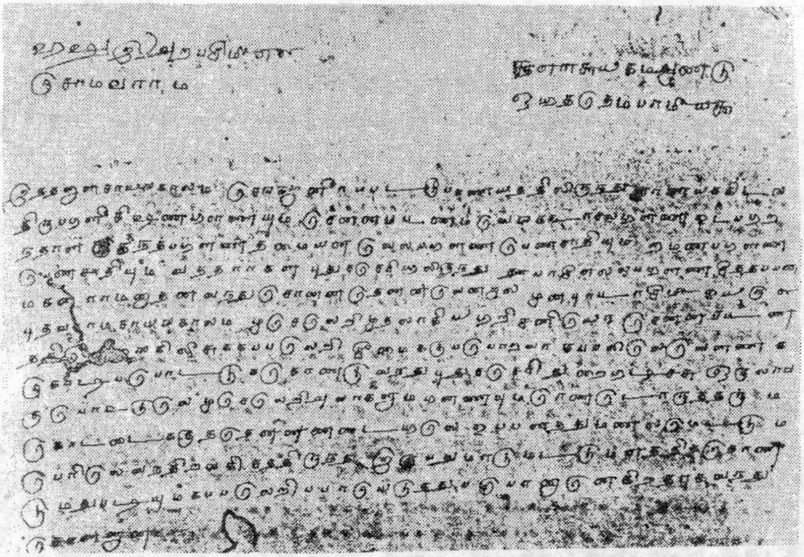

ரங்கப்ப திருவேங்கடம் பிள்ளை நாட்குறிப்பு நகல்
(பிரெஞ்சு ஆய்வு நிறுவனம், புதுச்சேரி)

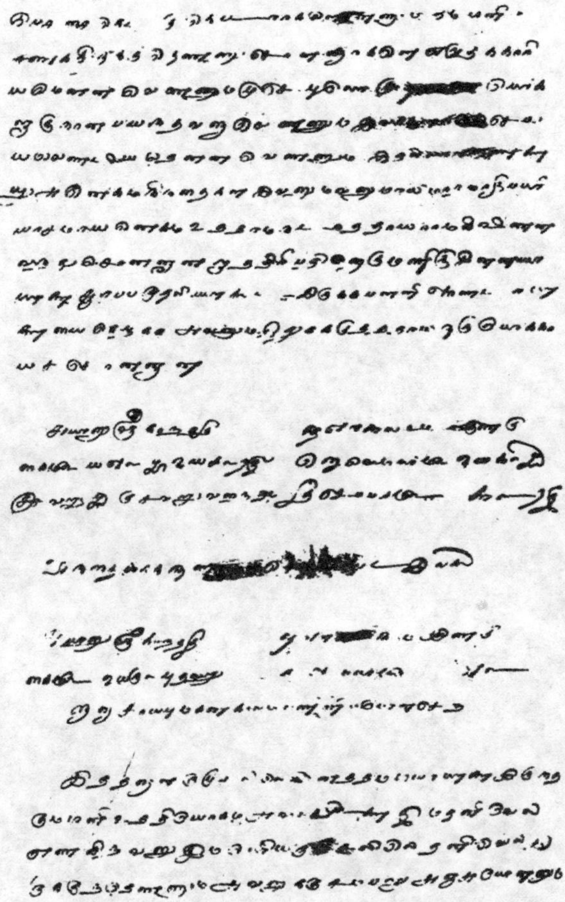

ரங்கப்ப திருவேங்கடம் பிள்ளை நாட்குறிப்பு நகல்
(தேசிய நூலகம், பாரிசு)

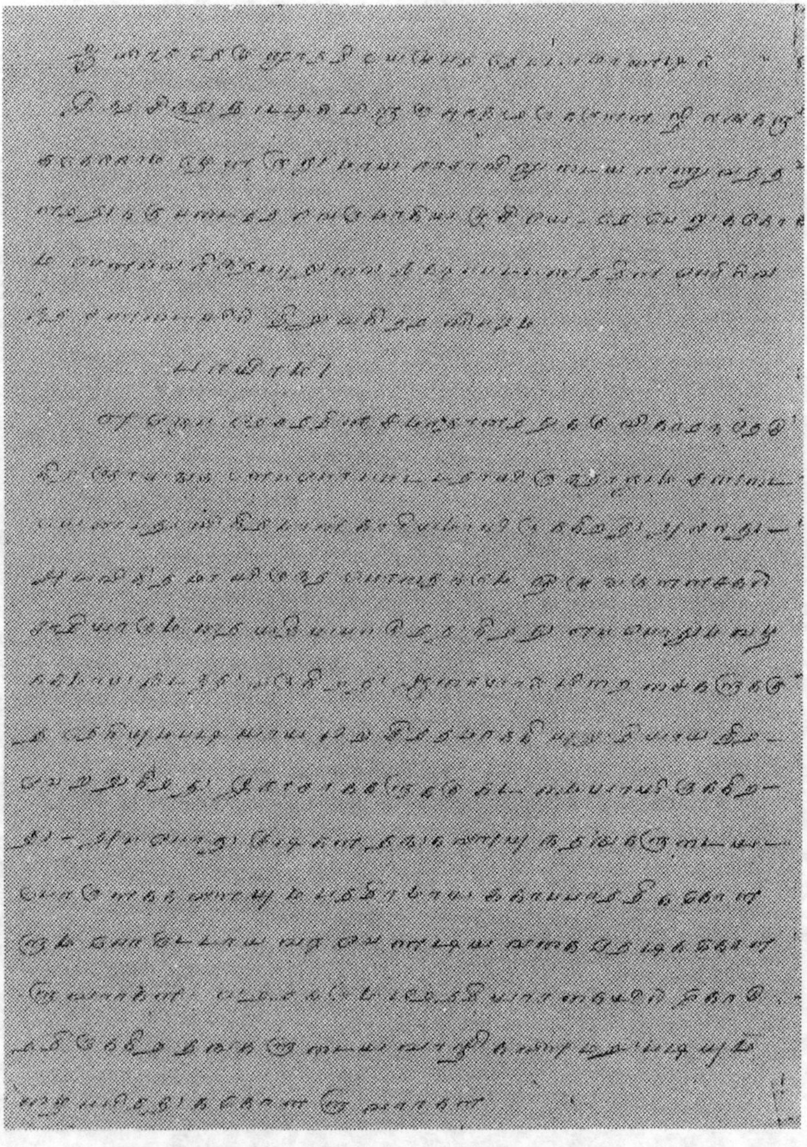

வீரா நாயக்கர் நாட்குறிப்பு நகல் (தேசிய நூலகம், பாரிசு)

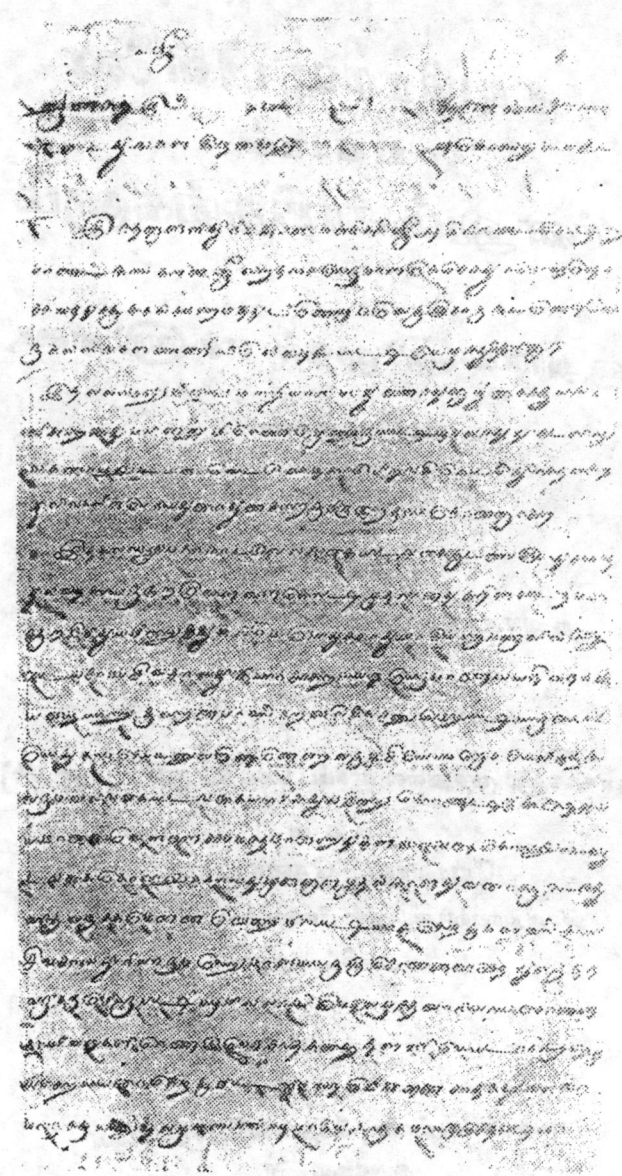

முத்து விஜயத் திருவேங்கடம் பிள்ளை நாட்குறிப்பு நகல்
(இந்திய தேசிய ஆவணக்காப்பகம், புதுச்சேரி)

சவரிராய பிள்ளை

யவர்கள்

சர்னலும் காகிதங்களும்.

௲௮௱௩௰௬-வருஷ முதல் ௭௰-வருஷ வரை.

முதல் புஸ்தகம்.

௲௮௱௩௰௬-வருஷ முதல் ௬௰௩-வருஷ வரை.

[௲௮௱௬௰௩-வருஷ முதலுள்ள குடும்ப செய்திக் குறிப்புகளுடன்]

மகன்

யோவான் தேவசகாயம்

தன் ஆறுதலுக்காகவும் தன் பிள்ளைகள் அறிய விரும்பியும்

அச்சிட்டது.

பாளையங்கோட்டை, சிந்தாமணி யந்திரசாலை,

[illegible]-வருஷ

சவரிராய பிள்ளையவர்கள் சர்னலும் காகிதங்களும் முதல் புஸ்தகம், 1836–63 (தமிழ்நாடு ஆவணக்காப்பகம், சென்னை)

THE JOURNAL AND LETTERS
OF
SAVARIRAYA PILLAI

(A Catechist of the Church Missionary Society)

TINNEVELLY DISTRICT, SOUTH INDIA.

1836—1874

VOLUME I.

1836—1863

Chinthamani Press, Palamcottah.

The Journal and Letters of Savariraya Pillai, vol. I, 1836-1863
(தமிழ்நாடு ஆவணக்காப்பகம், சென்னை)

ஆசிரியர் குறிப்பு

எஸ். ஜெயசீல ஸ்டீபன் இந்திய - ஐரோப்பியவியல் ஆராய்ச்சி நிறுவனத்தின் மேனாள் இயக்குநர் (2013-2023). இவர் தூரக்கிழக்கு நாடுகளுக்கான பிரெஞ்சு ஆய்வு நிறுவனத்தின் ஆராய்ச்சியாளர் (1994-1999). டாட்டா நடுவண் ஆவணக்காப்பகத்தின் மூத்த ஆலோசகர் (1999-2000). விசுவபாரதி பல்கலைக்கழகத்தின் கடல்சார் வரலாற்றுத்துறைப் பேராசிரியர் மற்றும் துறைத்தலைவர் (2001-2013). அமெரிக்காவில் உள்ள நெபுராஸ்கா மற்றும் கனெக்டிகட் பல்கலைக்கழகங்களில் (1996, 2004) பணியாற்றியுள்ளார். இவர் பல நூல்களின் ஆசிரியர். இவரது படைப்புக்கள் டேனிஷ், ஜெர்மன், சீன மொழி மற்றும் தமிழில் மொழிபெயர்க்கப்பட்டுள்ளன. பல ஆராய்ச்சி விருதுகளைப் பெற்றவர். இவரது நூல் 1999ஆம் ஆண்டு தமிழக அரசின் பரிசு பெற்றது. இவர் 2023ஆம் ஆண்டுக்கான தமிழ்நாடு அரசு திரு.வி.க. விருது பெற்றவர்.